மகரந்த

அப்துல் ரகுமான்

நேஷனல் பப்ளிஷர்ஸ்

2, வடக்கு உஸ்மான் சாலை, முதல் மாடி,
(கோடம்பாக்கம் மேம்பாலம் அருகில்)
தியாகராய நகர், சென்னை - 600 017.
☏ : 2834 3385
E-mail: national_publishers@yahoo.com
Website:www.universalpublishers.co.in

மகரந்தச் சிறகு
ஆசிரியர் : அப்துல் ரகுமான்

உரிமை © S. வஹிதா

முதற் பதிப்பு - ஜூலை, 2002
ஐந்தாம் பதிப்பு - ஜூலை, 2018
ஆறாம் பதிப்பு : ஜனவரி - 2024
வெளியிடுபவர்
எஸ்.எஸ். ஷாஜஹான்
நேஷனல் பப்ளிஷர்ஸ்
2, வடக்கு உஸ்மான் சாலை,
முதல் மாடி, தியாகராயர் நகர், சென்னை-600 017.
தொலைபேசி : 044 - 28343385
அச்சிட்டோர்
நொவினோ ஆப்செட் பிரிண்டிங் கம்பெனி
சென்னை-600 005.
பக்கங்கள் : 144 (கிரவுன்)
விலை : ரூ. 90.00

ISBN : 978-93-87854-13-0

Magharandha Chiragu
Author : Abdul Rahman

Copy right © S. Wahida

First Edition - July, 2002
Fifth Edition - July, 2018
Sixth Edition - January, 2024

Publisher :
S.S. Sajahan
National Publishers
2,North Usman Road,
(Near Kodambakkam Overbridge)
T. Nagar, Chennai - 600 017.
✆ : 044 - 28343385

Printed by :
Noveno Offset Printing Company
Chennai - 600 005.

No. of Pages : 144 (Crown)
Price : Rs. 90.00

காதல் என்பது
நம் வசத்தில் இல்லை
அது ஒரு வினோதமான நெருப்பு
பற்றவைத்தால் பற்றாது
அணைத்தால் அணையாது

-மிர்ஸா காலிப்

5

மகரந்தச் சிறகு

சென்னைப் பல்கலைக் கழக மண்டபத்தில் புகழ் பெற்ற பாடகர் அனூப் ஜலோட்டாவின் 'கஜல்' (Ghazal) இசை நிகழ்ச்சி நடந்து கொண்டிருந்தது.

காதலியின் அணைப்பில் இருப்பது போல் ரசிகர்கள் 'கஜ'லும் இசையும் தந்த போதையில் மயங்கிக் கிடந்தனர்.

நேரம் நள்ளிரவைத் தாண்டிவிட்டதால் வீட்டுக்குப் போவதற்காக நான்கு பெண்கள் எழுந்து வாசலை நோக்கி நடந்தார்கள்.

அப்போது அனூப் ஒரு கஜல் கண்ணியின் முதல் அடியைப் பாடிக்கொண்டிருந்தார்.

> *இறந்த பிறகும்*
> *என் கண்கள்*
> *திறந்தே இருந்தன.*

எழுந்து சென்ற பெண்கள், 'இறந்த பிறகும் கண்கள் ஏன் திறந்தே இருக்கின்றன?' என்பதை அறியும் ஆவலில் வாசலருகே நின்றுவிட்டனர்.

ஆவலைத் தூண்டிய அந்த அடி பெண்கள் நடப்பதற்காக எடுத்து வைத்த அடியை நிறுத்திவிட்டது.

அனூப் வேண்டுமென்றே முதல் அடியை மீண்டும் பாடினார். 'என்ன சொல்லப் போகிறார்?' என்ற ஆர்வத்தில் பெண்கள் அங்கேயே நின்றுகொண்டிருந்தனர்.

அனூப் அதே அடியைத் திரும்பப் பாடினார். பாடுவதை நிறுத்திவிட்டு அந்தப் பெண்களைப் பார்த்து, "நீங்கள் வந்து உட்கார்ந்தால்தான் அடுத்த அடியைப் பாடுவேன்" என்றார்.

அந்தப் பெண்கள் வீட்டுக்குப் போகும் எண்ணத்தைத் தியாகம் செய்துவிட்டுச் சிரித்துக் கொண்டே வந்து அமர்ந்தனர்.

அனூப் அவர்களைப் பார்த்துப் புன்முறுவல் செய்தபடியே பாடத் தொடங்கினார்.

> *இறந்த பிறகும்*
> *என் கண்கள்*
> *திறந்தே இருந்தன*
>
> *எல்லாம் பழக்கம்தான்*
> *இப்போதும் உனக்காகக்*
> *காத்திருக்கிறேன்.*

ரசிகர்களின் ஆனந்த ஆரவாரத்தில் மண்டபம் அதிர்ந்தது.

இதுதான் 'கஜல்'; இதுதான் 'கஜ'லின் ஆகர்ஷணம்; இதுதான் 'கஜ'லின் ஆனந்தம்.

உருதுக் கவிதையில் 'கஜல்' என்பது ஓர் அற்புதமான வடிவம். அது உருதுக் கவிதையின் மானம்.

மரபுக் கவிதைதான் என்றாலும் புதுக்கவிதையின் சுதந்திரமும், ஹைகூவின் அடர்த்தியும் கொண்டது.

'கஜல்' இரண்டிரண்டு அடிகளை உடைய தனித்தனிக் கண்ணிகளால் ஆனது. மற்றக் கண்ணிகளோடு இயைபுத் தொடையால் (Rhyme) இணைந்து கொள்வது.

அந்தக் 'கண்ணி'களில் சிக்காத மனப் பறவைகளே இருக்க முடியாது.

'கஜல்' காதல் பொய்கையில் மலரும் பூ.

ஆழ்மனத்தின் ஆசைகளே அதன் வண்ணங்களாக ஒளிர்கின்றன.

உணர்வுகளின் சௌந்தர்யமே அதன் நறுமணமாகக் கமழ்கிறது.

காதலின் கண்ணீரே அதன் பனித்துளியாய்த் திரள்கிறது.

வாழ்வின் ரகசியமே அதன் தேனாகச் சுரக்கிறது.

'கஜல்' பூக்களில் நான் அமர்ந்து தேன் அருந்திய போதெல்லாம் என் சிறகுகளில் ஒட்டிக்கொண்ட மகரந்தத்தைத்தான் உங்களுக்குத் தரப் போகிறேன்.

மகரந்தச் சேர்க்கைக்குத் தயாராய் இருங்கள்.

வினோத நெருப்பு

காதல் செய்யப்படுவதல்ல; ஏற்படுவது. ஒரு பூவைப் போல் தானே மலர்வது.

காதல் நம் வசத்தில் இல்லை. நாம்தாம் காதலின் வசப்படுகிறோம்.

காதலுக்கு நாம் கட்டளையிட முடியாது. அது 'வா' என்றால் வராது. 'போ' என்றால் போகாது.

காதல்தான் நமக்குக் கட்டளையிடுகிறது. நாம் எல்லோரும் அதற்குக் கீழ்ப்படிகிறோம். ஏனெனில் காதல் கடவுளின் அரசாட்சி.

காதல் ஆட்டுவிக்கிறது; நாம் ஆடுகிறோம். நாம் வெறும் பொம்மைகள்.

காதல் ஒரு நெருப்பு. அதிலும் வெளிச்சமும் உண்டு, வெப்பமும் உண்டு.

இந்த நெருப்புத்தான் மனிதத் திரிகளில் சுடர் ஏற்றுகிறது.

இந்த நெருப்புத்தான் பச்சையாக இருக்கும் மனிதனைச் சமைக்கிறது.

இந்த நெருப்புத்தான் அழுக்கான மனிதனைப் புடம் போட்டு மாற்றை உயர்த்துகிறது.

காதல் நெருப்பில் எரிவதில் ஒரு சுகமும் இருக்கிறது. அதனால்தான் விட்டிலைப் போல் அந்த நெருப்பில் வசியமாகி விழுகிறோம்.

ஆனால் காதல் ஒரு வினோதமான நெருப்பு.

நமக்கு வேண்டியபோது ஒரு தீக்குச்சியைக் கிழித்து உண்டாக்கிக்கொள்ளும் நெருப்பைப் போல் காதலை உண்டாக்க முடியாது.

காதல் நெருப்பு நாம் பற்றவைத்தால் பற்றாது. அதாகவே பற்றினால்தான் உண்டு.

அது தீக்கடை கோல்களின் உரசலில் உண்டாகும் நெருப்பல்ல.

தான் பற்றி எரிவதற்காக இரண்டு இதயங்களைத் தானே தேர்ந்தெடுக்கும் நெருப்பு அது.

அது ஒரு விறகில் எரியாது. அதற்கு இரண்டு விறகுகள் வேண்டும்.

காதல் ஒரு தீ விபத்து. அது எதிர்பாராத வகையில் நேர்ந்துவிடுகிறது. அதைத் தடுக்க முடியாது.

காதல் நெருப்புப் பற்றிக்கொண்டால், பிறகு அதை அணைப்பது கடினம்.

அணைக்கும் முயற்சிகளையே எண்ணெயாக்கிக்கொண்டு எரியும் நெருப்பு அது!

உருது 'கஜ்'லை உன்னதமான சிகரத்தில் ஏற்றி வைத்த மிர்ஸா காலிப் சொல்லுகிறார்.

> *காதல் என்பது*
> *நம் வசத்தில் இல்லை.*
> *அது ஒரு வினோதமான நெருப்பு!*
> *பற்றவைத்தால் பற்றாது*
> *அணைத்தால் அணையாது!*

பிரார்த்தனை

மற்ற உறவுகள் வயிற்றில் உண்டாகின்றன. காதல் இதயத்தில் உண்டாகிறது. அதனால்தான் அது மற்ற உறவுகளைவிட உயர்ந்த உறவாகி விடுகிறது.

மற்ற உறவுகளில் கட்டிவைக்கும் கயிறு வெளிப்படையானது. காதல் உறவில் கட்டிவைக்கும் கயிறு அந்தரங்கமானது. வெளிப்படையானதைவிட அந்தரங்கமானது உயர்ந்தது.

அதனால்தான் காதல் உறவு மற்ற உறவுகளை உதறிவிடத் தயங்குவதில்லை.

காதல் ஓர் அதிசயமான உறவு. அவன் யாரோ? அவள் யாரோ? ஆனால் காதல் கொண்டு விட்டால் அவன்

நிலமோ? அவள் வேரோ? என்று வியக்கும்படி இணைந்துவிடுகிறார்கள்.

காதல் என்பது ஒரு மறுவுயிர்ப்பு. அவன் அவளுக்கு உயிராகிவிடுகிறான். அவள் அவனுக்கு உயிராகிவிடுகிறாள்.

அதிசயமான உயிர்கள்! உடலுக்கு வெளியே இருக்கும் உயிர்கள்!

அதனால்தான் காதலர்களின் பிரிவு மரணத்தை விடத் துன்பமானதாகிவிடுகிறது.

காதலர்கள் கண்ணால் சுவாசிப்பவர்கள். ஒருவரை ஒருவர் பார்த்துக்கொள்வதே அவர்களுக்கு சுவாசமாக இருக்கிறது.

எனவேதான் காதல் பிரிய முடியாத பிரிய உறவாகி விடுகிறது.

காதலி தன்னை விட்டுப் பிரியாமலிருக்கக் காதலன் எதை வேண்டுமென்றாலும் செய்யத் தயாராகிவிடுகிறான்.

காதலி பிரியாமலிருக்க வேண்டும் என்பதே அவன் பிரார்த்தனையாகி விடுகிறது.

ஆனால்,

> *என் காதலி*
> *பிரிய வேண்டும் என்று*
> *பிரார்த்திக்கப் போகிறேன்.*

என்கிறார் கவிஞர் மூமின்.

ஏன்? மூமினுக்கு என்ன ஆயிற்று? பைத்தியம் பிடித்துவிட்டதா?

காதலியோடு மன வேறுபாடா? அவளை வெறுத்து விட்டாரா?

இல்லை. பிறகு ஏன் அப்படிப் பிரார்த்தனை செய்ய விரும்புகிறார்?

>	*என் காதலி*
> 	*பிரிய வேண்டும் என்று*
> 	*பிரார்த்திக்கப் போகிறேன்*
>
> 	*ஏனென்றால்*
> 	*என் பிரார்த்தனை*
> 	*எப்போதும் நிறைவேறுவதில்லை.*

பேசும் மௌனம்

அவளைப் பார்ப்பவர்கள் அவளைக் காதலிக்காமல் இருக்க முடியாது.

கண்ணும் இதயமும் இல்லாதவர்கள்தாம் அவளைக் காதலிக்காமல் இருக்க முடியும். அப்படி ஓர் அழகு!

அவனும் அவளைக் காதலித்தான். ஆனால் அவளிடம் அதைச் சொல்லும் துணிவு அவனுக்கில்லை.

அவளைக் காதலிக்கும் தகுதி தனக்குண்டா? ஒரு வேளை தன் காதலை அவள் ஏற்றுக் கொள்ளாவிட்டால்? இந்த அச்சமே அவன் நாவைக் கட்டிப் போட்டு விட்டது.

நிராகரிக்கப்படும் காதலை விட நெஞ்சில் மறைத்து வைக்கும் காதல் நல்லதல்லவா? காதல் காயம் படாமல் இருக்குமே!

அதனால் அவன் தன் காதலை ஒரு ரகசியம் போல் உள்ளத்தில் ஒளித்துவைத்துக்கொண்டான்.

ஆனால் காதலை ஒளித்துவைக்க முடியுமா? மலர் தன் மணத்தை மறைத்துவைக்க முடிவதில்லையே.

அவள் ஒளித்து வைத்தது காதலா? இல்லை; நெருப்பு! அது உள்ளே இருந்தே அவனை எரித்தது.

அவன் நாளுக்கு நாள் மெழுகுத் திரிபோல் உருகி மெலிந்தான்.

அவனைப் பார்த்தவர்கள் அவனுக்கு என்ன நோய் என்று தெரிந்து கொண்டார்கள். அது மட்டுமல்ல அவனுடைய நோய்க்கு யார், காரணம் என்பதையும் அறிந்து கொண்டார்கள்.

அப்படி அறிவது சுலபமாக இருந்தது. ஏனெனில் அவளைப் பார்க்கும் போதெல்லாம் அவன் பிரகாச மடைந்தான்.

அவள் பெயரை யாராவது சொல்லக் கேட்டால் நாணய ஒலியைக் கேட்ட கருமியைப் போல் திரும்பினான்.

அவன் வாய் பேசவில்லை. ஆனால் அவன் கண்ணீர் பேசியது; பெருமூச்சுப் பேசியது. அவனே ஓர் உரத்த வார்த்தையாக இருந்தான்.

அவள் யார் என்று எல்லோருக்கும் தெரிந்து விட்டது.

என்னைப் பார்ப்பவர்கள்
உன் பெயரைச்
சொல்லிவிடுகிறார்கள்;

நான் மௌனமாகத்தான்
இருக்கிறேன்
என் நிலைமை
மௌனமாயில்லை.

-அதம்

ஏழைத் துக்கம்

உயிரினங்களில் மனிதனுக்கு மட்டும்தான் சிரிக்கத் தெரியும் என்கிறார்கள்.

ஆனால் மனிதனின் முகவரி சிரிப்பில் இல்லை; கண்ணீரில் இருக்கிறது.

சக மனிதனின் துக்கத்திற்காகக் கண்ணீர் வடிப்பவனே தன்னை மனிதன் என்று நிரூபித்துக் கொள்கிறான்.

சக மனிதரின் இன்பத்திலும் துன்பத்திலும் பங்கு கொள்வது சமூகப் பண்பாடு.

இன்பத்தில் பங்கு கொள்ள எல்லோரும் வருவார்கள். ஏனெனில் அது லாபமானது.

துன்பத்தில் பங்கு கொள்வதுதான் உயர்ந்த பண்பாடு.

புன்னகையில் பங்கு கொள்ள வருபவனல்லன், கண்ணீரைப் பகிர்ந்துகொள்ள வருபவனே உண்மையான நண்பன்.

இந்த உலகம் வாழ்வது விண் மழையால் அல்ல; கண் மழையால்!

மனிதனுக்கு மட்டும்தான் சிரிக்கத் தெரியும். உண்மைதான்.

ஆனால் சக மனிதனின் துயரம் கண்டு சிலர் சிரிக்கிறார்களே அவர்களை மனிதர்கள் என்று சொல்ல முடியுமா?

துக்கத்திலும் பணக்காரத் துக்கம், ஏழைத் துக்கம் என்று பேதம் பாராட்டுகிறார்களே!

பணக்காரன் துக்கத்தில் பங்கு கொள்ள வரும் உலகம் ஏழையின் துக்கத்தை ஏளனம் செய்கிறதே!

இந்த மனிதர்கள் எவ்வளவு கொடூரமானவர்கள்! பிறர் அழுவதைப் பார்த்துச் சிரிப்பவர்கள், தாம் சிரிப்பதற்காகப் பிறரை அழ வைப்பவர்கள், மற்றவர்கள் கண்ணீரை வார்த்துத் தங்கள் புன்னகைகளை வளர்ப்பவர்கள் இப்படியும் சிலர் இருக்கத்தானே செய்கிறார்கள்.

மலர்த் தோட்டத்தில் பூக்களையும் பனித்துளிகளையும் பார்த்த கவிஞர் அர்ஷ் மல்ஸியானி இப்படித்தான் எண்ணினார்.

பூக்களும் பனித்துளியும்... புன்னகையும் கண்ணீரும்... மலர்த் தோட்டத்தில் மனித நாடகம்

அரங்கேறிக்கொண்டிருந்தது.

பனித்துளியின் துக்கத்தை விசாரிக்கப்
பூவனத்தில் யார் இருக்கிறார்கள்?
பாவம்! இந்த ஏழை அழுதால்
அரும்புகள் சிரிக்கின்றன.

■

வாழ்க்கை போதை

மனிதன் ஆடுகிறான்; பாடுகிறான்; அழுகிறான்; சிரிக்கிறான் - ஒரு குடிகாரனைப் போல.

அப்படியென்றால் வாழ்க்கை என்பது ஒரு போதையா?

ஆம் என்கிறார் கவிஞர் ∴பிராக் அப்படித்தான் தோன்றுகிறது.

குடிப்பவன் முதலில் தடுமாறுகிறான். அதுதான் பிள்ளைப் பருவம்.

போகப் போக போதை தலைக்கேறுகிறது. அதுதான் வாலிபப் பருவம்.

பிறகு சோர்வு, மயக்கம், அதுதான் முதுமைப் பருவம்.

கடைசியில் உறங்கிவிடுகிறான். அதுதான் மரணம்!

குடிப்பவனை 'ஏன் குடிக்கிறாய்? என்று கேட்டால் 'ஆனந்தத்திற்காக' என்கிறான். வாழ்கின்றவனும் அப்படித்தான் சொல்கிறான்.

நம்மில் பெரும்பாலோருக்கும் போதைப் பழக்கம் மாதிரி வாழ்க்கையும் ஒரு பழக்கம்.

மதுக் கிண்ணம் குடிகாரனை அழைப்பது போலவே வாழ்க்கையும் வசீகரமாக அழைக்கிறது.

அருந்த அருந்த அருந்தும் ஆசை அதிகமாகிறது. வாழ வாழ வாழும் ஆசை அதிகமாகிறது.

போதை ஏறியவன் தன்னை மறக்கிறான். வாழ்க்கையும் சுயத்தை மறைத்துச் சமூகத்திற்காக ஆடும் வேஷக் கூத்துத்தான்.

போதை ஏறியவனுக்கு அறிவு மயங்கிப் போகிறது. எது பாதை? எது சாக்கடை? என்று தெரிவதில்லை. சாக்கடையில் போய் விழுகிறான்.

வாழ்க்கையும் அப்படித்தான் எதில் விழுகிறோம் என்பது தெரியாமலே எது எதிலோ விழுந்து விடுகிறார்கள்.

போதை யதார்த்தத்தின் மேல் அழகிய வர்ணங்களைப் பூசிக் காட்சியைக் கனவுமயமாக்கிவிடுகிறது. வாழ்க்கையும் அதைத்தான் செய்கிறது.

போதை ஒன்றை இரண்டாகக் காட்டுகிறது. வாழ்க்கையும் அப்படித்தான்.

உண்மைதான். வாழ்க்கை என்பதே மயங்குவதுதான்.

> எந்த மதுவை அருந்தியதால்
> வந்ததோ தெரியவில்லை
> இந்த வாழ்க்கை
> ஒரு போதை.

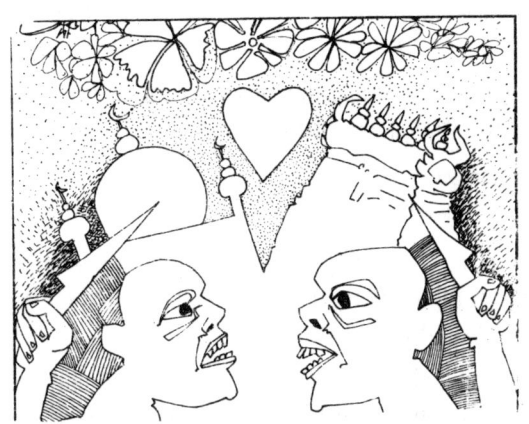

இட ஒதுக்கீடு

'நீரே தாகம் தணிக்கும்' என்கிறான் ஒருவன். 'இல்லை, பானியே தணிக்கும்' என்கிறான் மற்றொருவன். 'இல்லை; இல்லை; வாட்டரே தணிக்கும், என்கிறான் இன்னொருவன்.

மூவரும் அடித்துக்கொண்டு சாகிறார்கள், தாகம் தணியாமலே. இதுதான் மதவாதிகளின் கதை.

பொருள் ஒன்றுதான்; பெயர்தான் வேறு வேறு என்பதைப் புரிந்துகொள்ளாத அறியாமையே சண்டைக்குக் காரணம்.

இறைவனை அறியாதவனே இறைவன் பெயரால் சண்டையிடுகிறான். சண்டையிடுகிறவன் உண்மையான மதவாதியல்லன். அவன் வெறும் மதம் பிடித்தவன்.

வலையில் தண்ணீர் அகப்படாது. மதம் பிடித்தவனிடம் மகேசன் அகப்படமாட்டான்.

பறக்கும் போது சப்தமிடும் வண்டு பூவில் அமர்ந்து தேன் அருந்தும் போது மௌனமாகி விடுகிறது.

இறைவனை அடையாதவனே சர்ச்சைகள் செய்கிறான். அடைந்தவன் மௌனமாகி விடுகிறான்.

எல்லாப் பூவிலும் தேன் இருக்கிறது என்பதை அறிந்த தேனீ மலர்களுக்குள் பேதம் பாராட்டுவதில்லை. ஞானியும் மத பேதம் பாராட்டுவதில்லை.

ஒருவன் மந்திரை இடித்துவிட்டு மஸ்ஜித் கட்டுகிறான். மற்றொருவன் மஸ்ஜிதை இடித்து விட்டு மந்திர் கட்டுகிறான.

இவர்கள் கட்டடங்களையே வணங்குகிறார்கள். கடவுளை அல்ல.

இதயமே இறைவனின் மெய்யான ஆலயம்.

போலி மதவாதிகள் மெய்யாலயத்தை இடித்துவிட்டுப் பொய்யாலயத்தைக் கட்டுகிறார்கள்.

கடவுள் பக்தன் கடப்பாரை ஏந்தமாட்டான். பூக்களைத் தொடுக்கும் நாரையே ஏந்துவான்.

இறைவன் எல்லா இடங்களிலும் இருக்கிறான் என்பதை அறிந்தவன் அவனுக்கு இட ஒதுக்கீடு செய்வானா?

எல்லா உயிர்களிலும் இறைவன் இருக்கிறான் என்பதைப் பார்க்கத் தெரிந்தவன் பிற உயிர்களைப் பகைப்பானா?

கவிஞர் பர்ஃக் எப்பொழுதோ எழுதிய கவிதை இது:

நீ மறைந்திருப்பதால்தான்
மஸ்ஜித் மந்திர் சண்டைகள்
நீ மட்டும் வெளிப்பட்டுவிட்டால்
எல்லாமே நீயென்றாகிவிடும்.

■

கறுப்புக் கிரணங்கள்

காதல் ஒரு மந்திரக் கோல். அது எல்லாவற்றையும் அழகாக்கி விடுகிறது.

உண்மையில் அழகு என்பது காணப்படும் பொருளில் இல்லை. காணும் கண்ணில் இருக்கிறது.

காதலுக்குக் கண்ணில்லை என்று சொன்னவன் அறியாதவன்.

எதிலும் அழகைக் காணும் கண் காதலுக்குத்தான் உண்டு.

காதல் என்பது அழகின் ஆராதனை.

அழகு காதலைத் தூண்டுகிறது. காதலோ அழகுக்கு மதிப்பை ஏற்படுத்துகிறது.

காதல் இல்லையென்றால் அழகுக்கு அர்த்தமில்லை.

காதலியிடம் உள்ளதெல்லாம் காதலனுக்கு அழகாகவே தெரிகிறது.

பொதுவாகக் கறுப்பு நிறத்தை அழகு என்று சொல்வதில்லை. ஆனால் காதல் கண்ணுக்கு அதுவும் அழகாகிவிடுகிறது.

கூந்தல் கறுப்பு நிறம்தான். ஆனால் எவ்வளவு அழகு!

இந்தக் கறுப்பு அருவியில் அல்லவா காதல் ஆனந்த நீராடுகிறது!

இந்தக் கறுப்புக் கண்ணியிலல்லவா மனப் பறவை தானே போய்ச் சிக்கிக் கொள்கிறது!

இந்தக் கறுப்புச் சிம்மாசனத்தில் அமரும் போதல்லவா பூக்கள் காம்பில் இருக்கும் போதை விட அதிகமாக கர்வம் கொள்கின்றன!

இந்தக் கறுப்புக் கிரணங்களைக் கண்டல்லவா பூர்ணிமை நிலவும் வெட்கப்படுகிறது!

கவிஞர் அர்ஷத் காகவியின் காதலி சற்றே கலைந்த குழல் அசைய நடந்து வந்தாள்.

அதைப் பார்த்தாரோ இல்லையோ, அவருக்கு ஒரு பெரிய ரகசியமே புரிந்துவிட்டது.

> *கலைந்த குழல் அசைய*
> *அவள் வந்தாள்*
> *எனக்கொரு ரகசியம் புரிந்தது*
> *ஒளியை விட*
> *நிழலுக்கு அழகு அதிகம்.*

இனிய விஷம்

அறியாதவர்கள் காதலை இன்பம் என்று நினைக்கிறார்கள்.

அறிந்தவர்களுக்குத்தான் தெரியும். அது இன்பமான துன்பம்.

காதல் ஓர் இனிமையான விஷம்; பூ வடிவ முள்.

அறியாதவர்கள் காதலியைப் பிரிந்திருப்பதுதான் துயரம் என்பார்கள்.

அறிந்தவர்களுக்குத்தான் தெரியும், அவளைச் சந்திப்பதிலும் துயரம் இருக்கிறது.

காதலியைப் பிரிந்திருக்கும் போது காதலன் விரக நெருப்பில் விறகாக எரிகிறான்.

அவளைச் சந்திக்கும் போதோ ஆசைத் தீயில் எரிகிறான்.

பிரிவில் காதலியைக் காணாததால் இதயம் நிம்மதி இழந்து துடிக்கிறது.

சந்திப்பிலும் அவளைக் கண்டால் இதயம் நிம்மதி இழந்து துடிக்கிறது.

பிரிவில் தூக்கத்தை இழக்கிறான். சந்திப்பிலோ தன்னையே இழந்து விடுகிறான்.

இதுவும் ஒரு தற்கொலைதான்.

புல்புல் பாரசீகத்துப் பறவை. அது பூக்களைக் காதலிக்கிறது.

வசந்தத்தில் பூக்கள் மலர்வதைப் பார்த்து அது பரவசமாகப் பாடும்.

மலர்கள் உதிர்ந்து மறைந்து போனால் அந்தத் துயரத்தில் புல்புல் ஊமையாகவிடும்; பாடாது.

விட்டில் விளக்கைக் காதலிக்கிறது. அது காதலியைச் சந்திக்கும் போது துயரம் அடைகிறது.

விட்டிலின் சிறகுகள் எரிந்து போகின்றன. பிறகு அதுவும் எரிந்து போகிறது.

புல்புல் பிரிவினால் துயரம் அடைகிறது.

வீட்டில் சந்திப்பினால் துயரம் அடைகிறது.

கவிஞர் அமீர் மீனாயி கூறுகிறார்:

> *பிரிவும் நல்லதல்ல*
> *சந்திப்பும் நல்லதல்ல*
> *புல்புலும் வேதனைப்படுகிறது*
> *விட்டிலும் வேதனைப்படுகிறது.*

அணைத்த காதலி

பெண்களுக்கு ஆண்களின் இதயம் ஒரு விளையாட்டுப் பொம்மை.

இதயத்தோடு விளையாடுவது அவர்களுக்குப் பிடித்தமான பொழுது போக்கு.

அந்த இதயம் தங்களுக்காக ஏங்கித் தவிப்பதை, ஆசையில் துடிப்பதைக் காண்பதில் அவர்களுக்குத் தனி மகிழ்ச்சி.

பொம்மை உடைந்தால் குழந்தை அழும்.

ஆனால் தங்களுக்கு விளையாடக் கிடைத்த இதயம்

உடைவதில் கூடக் குரூர மகிழ்ச்சி அடைபவர்கள் பெண்கள்.

பெரும்பாலும் அந்த இதயத்தைப் போட்டு உடைப்பவர்களும் அவர்களாகவே இருப்பார்கள்.

இதயங்கள் அரியாசனத்தில் வீற்றிருக்கும் தங்கள் அழகுக்குச் செலுத்தப்படும் கப்பமாக அவர்கள் நினைக்கிறார்கள்.

அவனுடைய காதலியும் அப்படித்தான்.

அவள் இரவில் அவனைச் சந்திக்க வருவதாகச் சொன்னாள்.

அவனும் ஆசையோடு காத்திருந்தான்.

நெடு நேரமாகியும் அவள் வரவில்லை.

அவன் வேதனையில் எரிந்தான்.

அவனுக்கு விளக்கு நினைவுக்கு வந்தது.

இரவில் எரியும் விளக்கு நாலாபுறமும் பார்த்தபடி யாருக்கோ காத்திருப்பது போலத்தான் தோன்றுகிறது.

அவனும் அவளுக்காக ஒரு விளக்கைப் போலவே எரிந்தபடி காத்திருந்தான்.

அவள் வேண்டுமென்றே தாமதமாக வந்தாள்.

வந்தவள் அவனுடைய ஆசை தீர அருகில் அமர்ந்து ஆர அமரப் பேசவில்லை.

வந்த வேகத்தில் புறப்பட்டுவிட்டாள்.

அவள் தன்னை அணைப்பாள் என்று ஆசையோடு எதிர்பார்த்தான்.

அவள் அணைத்தாள். அவனை அல்ல அவன் ஆசைகளை.

அவள் எப்படி வந்தாள்? எப்படிப் போனாள்? காதலின் கதி என்ன?

கவிஞர் அஹமத் நதீம் காஸ்மி கூறுகிறார்.

யாருக்காக நான்
ஒரு விளக்கைப் போல்
காத்திருந்தேனோ
அவள் வந்தாள்
சென்றாள்
ஒரு சூறாவளியைப் போல்

காணவில்லை

'நீ மனிதனா?

எப்பொழுதாவது, யாராவது இப்படிக் கேட்டு விடுகிறார்கள் - ஒரு மனிதனைப் பார்த்துத்தான்!

பார்ப்பதற்கு எல்லோரும் மனிதனைப் போலத்தான் இருக்கிறார்கள். ஆனால் எல்லோரும் மனிதர்கள் அல்லர்.

உண்மையில் மனிதனாகவே இருப்பவர்களைத் தேடித்தான் கண்டுபிடிக்க வேண்டியிருக்கிறது.

மனிதர்களால் நிறைந்த இந்த உலகத்தில் மனிதனைப் பார்ப்பது சுலபமில்லை என்பது ஆச்சரியமானதல்லவா?

மனிதன் செய்யக் கூடிய மிகப் பெரிய சாதனை மனிதனாவதுதான்.

வாழ்க்கை என்பது மனிதன் மனிதனாவதற்காகத் தரப்படும் வாய்ப்புத்தான்.

ஆனால் இது பலருக்குத் தெரிவதில்லை.

பிறக்கிறார்கள்; வயிற்றுப் பாட்டுக்காக அலைகிறார்கள்; இனம் பெருக்குகிறார்கள்; இறந்து போகிறார்கள் - மனிதன் ஆகாமலே.

மனிதன் மனிதன் ஆவது அவ்வளவு சுலபமில்லை.

பரிணாமம் மனித வடிவத்தை மட்டும்தான் தந்திருக்கிறது.

மனிதனுக்குரிய பண்புகளைப் பெறுவது அவனவனுடைய பொறுப்பு.

சக உயிர்களை நேசிப்பவன் மனிதனாகிறான். இதுதான் மனிதனின் அடையாளம்.

இந்த அடையாளத்தை வைத்துக்கொண்டு தேடினால் எத்தனை பேர் கிடைப்பார்கள்?

கவிஞர் இக்பால் கூறுகிறார்:

> *இறைவா!*
> *எங்கெங்கோ*
> *தேடிப் பார்த்துவிட்டேன்*
> *நீ கூட கிடைத்துவிடுகிறாய்;*
> *மனிதன்தான் கிடைப்பதில்லை.*

முகவரியைத் தொலைத்தவர்கள்

மனிதனின் உண்மையான முகவரி எது?

பெயரில் அவன் இருக்கிறானா? இல்லை.

பெயரென்பது வெறும் சப்த அடையாளம். இடுகுறி.

எந்த மனிதனும் அவன் பெயருக்குள் இல்லை.

இந்த உலகம் கதவு எண்ணை முகவரியாகச் சொல்கிறது.

மனிதன் கதவு எண்ணிலா இருக்கிறான்? இல்லை.

கதவு எண் மனிதனின் முகவரி அல்ல.

இந்த உலகம் வசிக்கும் வீட்டை முகவரியாகச் சொல்கிறது.

வீடு மனிதனின் முகவரி அல்ல. வீடு உடலுக்கு ஒரு சத்திரம். அவ்வளவுதான்.

சிலர் முகவரிச் சீட்டில் தங்கள் தொழிலைக் குறிப்பிடுகிறார்கள்.

மனிதன் அவன் பார்க்கும் தொழிலிலா இருக்கிறான்? இல்லை.

தொழில் என்பது வயிற்றுத் தீயைத் தணிப்பதற்கான தண்ணீர். அவ்வளவுதான்.

தெருவோ, ஊரோ, நாடோ, ஏன் உலகமோ கூட மனிதனின் முகவரி இல்லை.

இவை மனிதனின் முகவரி என்றால் சில நேரங்களில் அவன் இவற்றையெல்லாம் விட்டு விட்டு வெளியேற நினைக்கிறானே. ஏன்?

மனிதனின் முகவரி அவன் ஆன்மாவில் இருக்கிறது.

வாழ்க்கை என்பது இந்த முகவரியைத் தேடும் முயற்சிதான்.

ஆனால் வாழ்க்கை என்ற சந்தைக் கூட்டத்தில் மனிதன் தன் முகவரியைத் தொலைத்து விடுகிறான்.

மனிதனுடைய துயரம் இதுதான்.

ஒவ்வொரு மனிதனும் தன்னுடைய முகவரியையே தேடி அலைய வேண்டியிருக்கிறது.

கவிஞர் ராஹி கூறுகிறார்:

> ராஹிக்கு என்ன ஆகிவிட்டது?
> நண்பர்களே!
> தயவு செய்து சொல்லுங்கள்
> அவன் தன் தெருவிலேயே
> தன் முகவரியை
> விசாரித்துக் கொண்டிருக்கிறான்.

கண்ணீராக வந்தவள்

காதலி பிரிந்திருக்கும் இரவு விசித்திரமானது.

அவள் இல்லை என்றும் சொல்ல முடியாது. இருக்கிறாள் என்றும் சொல்ல முடியாது.

காதலி வரவில்லை. ஆனால் அவள் நினைவு வருகிறது.

அவள் நினைவாக வருகிறாள். அதனால் அவள் இல்லாத போதும் இருந்துகொண்டிருக்கிறாள்.

பிரிவின் துயரத்தால் கண்ணீர் ததும்புகிறது. அது கண்ணீர் அல்ல. அவள்தான்!

அவள்தான் கண்ணீராகத் ததும்புகிறாள்.

கண்ணீர் மனிதனின் சாரம்.

பெண் ஆணின் சாரம்.

மகத்தான உணர்ச்சிகள் தோண்டும் போது அந்தரங்கத்தில் ஒளிந்திருக்கும் கண்ணீர் என்ற மர்ம நீர் வெளிப்படுகிறது.

காதல் தோண்டும் போது ஆணின் அந்தரங்கத்தில் ஒளிந்திருக்கும் பெண் என்ற மர்ம தேவதை வெளிப்படுகிறாள்.

கண்ணீரைப் போலவே அவளும் உன்னதமானவள்.

காதலி கண்ணீராக வருகை தரும் போது அந்த வருகை அவளுடைய நிஜ வருகையை விட மகத்தானதாகிவிடுகிறது.

காதலியே காதலனின் மூச்சாகவும் இருக்கிறாள். அவளால்தான் அவன் உயிர் வாழ்கிறான்.

மூச்சு என்றால் வருவதும் மட்டும் அல்லவே, போவதும்தானே?

எனவே அவளும் வருவதும் போவதுமாக இருந்தாள்.

கவிஞர் ம.்.தூம் கூறுகிறார்:

> *இரவு முழுவதும் நீ*
> *ஈர விழிகளில்*
> *ததும்பிக் கொண்டிருந்தாய்*
> *சுவாசத்தைப் போல்*
> *வந்துகொண்டிருந்தாய்*
> *போய்க்கொண்டிருந்தாய்.*

போனால் வராது

வில்லிலிருந்து புறப்பட்ட அம்பும் வாயிலிருந்து புறப்பட்ட வார்த்தையும் திரும்பி வாரா என்பார்கள்.

வில்லிலிருந்து புறப்பட்டுப் போன அம்பைத் தேடிக் கண்டுபிடித்துவிட முடியும்.

ஒரு தவறான வார்த்தையைச் சொல்லி விடுகிறோம். அதனால் சிலருக்கு கோபம் உண்டாகிறது. அந்த வார்த்தையை நாம் திரும்பிப் பெற்றுக்கொள்வதாய்ச் சொன்னால் அவர்கள் கோபம் தணிந்து விடுகிறது.

போன வசந்தத்தில் பூத்து உதிர்ந்து போன பூக்களுக்காக நாம் புலம்ப வேண்டியதில்லை.

மீண்டும் வசந்தம் வரும். மீண்டும் பூக்கள் மலரும்.

கடலில் கலந்துவிட்ட நதி கூட மேகமாகி மழையாகி மீண்டும் நதியாகிக் திரும்பிக் கடலுக்கே வந்துவிடுகிறது.

பணத்தை இழந்தாலும் மீண்டும் சம்பாதித்துவிட முடியும்.

நம் வாழ்க்கையில் போனால் திரும்பி வராதது ஒன்று உண்டு.

அதுதான் காலம்.

'போனால் வராது; பொழுது போனால் கிடைக்காது' என்று தன் மட்டமான பொருள்கள் விற்பதற்காக நடைபாதை வியாபாரி கூவுகிறான்.

அவன் பொய் சொல்கிறான். ஆனால் அவன் அறியாமலே அந்தப் பொய்யில் எவ்வளவு பெரிய உண்மையைச் சொல்லுகிறான்!

ஆம் கடந்துவிட்ட பொழுது போனால் வராது; மீண்டும் கிடைக்காது.

காலம் தன் கையில் எடுத்துக்கொண்டு போய்விட்ட அந்த பிள்ளைமைப் பருவம், அதன் கவலையற்ற விளையாட்டுப் பொழுதுகள், காதல் போதை நிறைந்த அந்த இளமைக் காலம், அதன் கவிதைக் கணங்கள் இவையெல்லாம் திரும்ப வருமா?

மிர்ஸா காலிப் நண்பர்களிடம் விடைபெறும் போது சொல்கிறார்:

> *நீங்கள் எப்போது விரும்பினாலும்*
> *என்னை மீண்டும்*
> *அழைத்துக் கொள்ளலாம்*
> *நான் கடந்துவிட்ட*
> *காலமல்ல*
> *மீண்டும் வராமலிருக்க.*

ஒட்டு இரவு

இரவு என்கிறோம்; பகல் என்கிறோம். இன்று என்கிறோம்; நேற்று என்கிறோம்.

இவையெல்லாம் வெறும் வார்த்தைகளே.

உண்மையில் காலம் என்று ஒன்று இல்லை.

காலம் என்பது ஒரு கண்கட்டு வித்தை.

'விடிந்து விட்டது' என்று நாம் எழுகிறோம்.

அதே நேரத்தில் இந்த பூமியின் மற்றொரு பகுதியிலே இருப்பவன் 'இரவாகிவிட்டது' என்று தூங்கப் போகிறான்.

நமக்கு சூரிய அஸ்தமனமாக இருப்பது மற்றொருவனுக்கு சூரிய உதயமாக இருக்கிறது.

உண்மையில் சூரியனுக்கு உதயமும் இல்லை அஸ்தமனமும் இல்லை.

ஆனந்தமாக இருப்பவனுக்கு இரவும் பகலாகி விடுகிறது.

சோகத்தில் இருப்பவனுக்குப் பகலும் இரவாகி விடுகிறது.

இரவு பகலை சூரியன் உண்டாக்கவில்லை. நம் மனமே உண்டாக்குகிறது.

நம் வைகறைகள் சூரியனால் உணடாவதில்லை. நம் மகிழ்ச்சியினால் உண்டாகின்றன.

நம் இரவுகள் சூரிய அஸ்தமனத்தால் ஏற்படுவதில்லை. நம்பிக்கையின் அஸ்தமனத்தால் ஏற்படுகின்றன.

பிடித்தமான வேலையில் ஈடுபட்டிருப்பவனுக்குப் பொழுதுபோவது தெரிவதில்லை.

பிடிக்காத வேலையில் ஈடுபட்டிருப்பவனுக்குப் பொழுது போவதாகவே தெரிவதில்லை.

காதலி அருகில் இருந்தால் ஒரு யுகம் ஒரு கணமாகத் தெரிகிறது.

காதலி பிரிந்திருந்தால் ஒரு கணம் ஒரு யுகமாகத் தெரிகிறது.

அவன் காதலியோடு இருந்தான். அவனுக்கு அந்த இனிய இரவு மிகச் சிறியதாகப் படுகிறது.

இந்த இரவை நீட்ட வேண்டும். அவனுக்கு அருமையான யோசனை தோன்றுகிறது.

அமீர் மீனாயியின் கவிதை இது.

> சங்கம இரவின் நேரம்
> மிகக் குறைவாக இருக்கிறது
> வானமே! தயவு செய்
> பிரிவு இரவின்
> ஒரு துண்டையாவது
> இதோடு இணைத்துவிடு.

காதல் ஒரு தவம்

காதலில் ஆணும் பெண்ணும் ஏன் கட்டித் தழுவிக் கொள்கின்றனர்? அதன் அர்த்தம் என்ன?

நாம் இருவர் அல்லர், ஒருவர் என்று காட்டுவதற்கா?

தனித் தனியாகப் பிரிந்து துடித்த பாதிகள் இணையும் நிறைவா?

'நீ எனக்கு வேண்டும்; நீ இல்லாமல் நான் இல்லை' என்று உணர்ந்த இரு ஆன்மாக்களின் சங்கமமா?

பரிமாறிப் பசியாறும் அதிசயமா?

ஒருவரை ஒருவர் கொள்ளையடிக்க ஒருவருக்குள் ஒருவர் நுழையும் முயற்சியா?

'நீதான் நான்' என்று கண்டுகொண்ட இரு உள்ளங்கள் கிடைத்ததைக் கையகப்படுத்தும் செயலா?

ஒரு தெய்வீக ஒளிக்காக நேர்முக, எதிர்முகக் கம்பிகள் இணைகின்றனவா?

பரிணாமத்தின் சமையலுக்காக இரண்டு தீக்கடை கோல்களின் உரசலா?

ஒரு நாளாவதற்கு இரவும் பகலும் சந்திக்கின்றனவா?

ஓர் அமர கானம் எழுவதற்கு வீணையின் தந்தியும் விரலும் இணைகின்றனவா?

இரவுக் கிண்ணத்தில் நிலா மது நிரம்புகிறதா?

காதலின் தழுவலில் ஏன் அத்தனை ஆனந்தம்?

காதல் என்பது சொர்க்கத்தின் ஸ்பரிசமா? தேவதைகளின் முத்தமா?

தழுவுவது மெய், ஆனால் தழுவும்போது மெய் தன்னை மறந்து விடுகிறது.

ஆனால் அந்த மெய் மறந்த நிலையில்தான் ஒரு 'மெய்' உதயமாகிறது.

'நான்' என்ற உணர்வு அறும்போது அங்கே இறைவன் தோன்றுகிறான்.

'நான்' என்ற உணர்வை அழிப்பதுதான் தவம்; ஞானம்.

காதல் அதைச் செய்கிறது. அதனால் காதல் ஞானமாகிறது; தவமாகிறது.

கவிஞர் 'ஜிகர்' கூறுகிறார்:

> அடடா! என் அணைப்பில்
> அவள் இருந்த சுகம்!
> அவள் என்னிடம் இருந்த வரை
> நான் இல்லாமல் போனேன்

சூதாட்டம்

காதலில் அப்படி என்னதான் இருக்கிறது?

மனிதன் அதற்காக எதையும் இழக்கத் தயாராகி விடுகிறானே!

காதலும் ஒரு சூதாட்டம்தான்.

இந்த சூதாட்டத்தை எல்லோரும் ஆடுகிறார்கள்.

இது பாவமான சூதாட்டமல்ல; புண்ணியமான சூதாட்டம்.

இந்த சூதாட்டத்தில் மனிதன் எதையும் பணயமாக வைத்து இழக்கத் துணிந்து விடுகிறான்.

வீடு, வாசல், சொத்து, சுகம் எதுவானாலும் பணயமாக வைத்துவிடுகிறான்.

மாமன்னர்கள் சிலர் தங்கள் மணி மகுடங்களையே பணயமாக வைத்திருக்கிறார்கள்.

சிலரோ தங்கள் உயிரையே பணயமாக வைத்துவிடுகிறார்கள்.

சூதாடுவோர் வெற்றிபெற வேண்டும் என்று விரும்பியே ஆடுவார்கள்.

ஆனால் காதலோ ஓர் அதிசயமான சூதாட்டம்.

இதை ஆடுவோர் வெற்றி தோல்வியைப் பற்றிக் கவலைப்படுவதில்லை. லாப நஷ்டத்தைப் பற்றிக் கவலைப்படுவதில்லை.

இதை ஆடுவதே அவர்களுக்கு போதையாக ஆனந்தமாக, ஏன் வாழ்க்கையாகவே ஆகிவிடுகிறது.

மேலும் காதல் ஒரு வித்தியாசமான சூதாட்டம்.

இதில் இழப்பவனே பெறுகிறான். தோற்றவனே வெற்றியடைகிறான்.

தன்னை இழப்பவனுக்கே காதல் கிரீடம் சூட்டுகிறது.

இந்த சூதாட்டத்தில் இழப்பது எதுவாயினும் அது மிகச் சாதாரணமானது. பெறுவதோ மகோன்னதமானது.

தன்னை இழப்பவன் காதலியை அல்ல, உலகத்தையே பெற்றுவிடுகிறேன்.

தன்னை இழப்பவன் காதலியை மட்டுமல்ல கடவுளையே பெற்றுவிடுகிறான்.

∴பிரா∴ கோரக்பூரி கூறுகிறார்:

> வெற்றி என்ன தோல்வி என்ன?
> லாபமென்ன நஷ்டமென்ன?
> காதல் ஆடுவதோ
> மிகப் பெரிய சூதாட்டம்.

எரிகின்றவர்கள்

இரவு விளக்கேற்றும் நேரம்.

ஆனால் காதலர்களின் பள்ளியறையில் விளக்குகள் அணைக்கப்படுவிடுகின்றன.

ஏன்?

காதலர்களின் அந்தரங்க விளையாட்டை அந்நியன் பார்க்கக் கூடாது என்பதற்காகவா?

விளக்கின் சுடர் நாவைப் போல் இருக்கிறது. அது காதலர்களின் ராத்திரி ரகசியங்களை யாரிடமாவது சொல்லி விடுமோ என்ற அச்சமா?

காதலுக்குக் கண்ணில்லை. கண்ணில்லாதவர்களுக்கு விளக்கு எதற்கு என்ற எண்ணமா?

அல்லது சில பிராணிகள், பறவைகளைப் போல் காதலுக்கும் இருளில்தான் கண் தெரியும் என்பதாலா?

இந்தப் பள்ளியறையில் பாடங்கள் கண்ணால் படிக்கப்படுவதில்லை என்பதாலா?

காதல் மலர் இருளில்தான் இதழ் அவிழும் என்பதாலா?

மன்மதப் பூசைக்கு இருளாராதனைதான் உகந்தது என்பதாலா?

ஆடை களையும் நேரம் அது. எனவே இருளாவது ஆடையாக இருக்கட்டுமே என்ற எண்ணமா?

காதல் என்பது கன்னத்தில் 'கன்னம்' வைத்து ஒருவரை ஒருவர் திருடும் களவு. களவுக்கு வெளிச்சம் கூடாது என்பதாலா?

அல்லது காதலும் வெளிச்சம் பட்டால் கெட்டுப் போகும் என்பதற்காக இருட்டில் கழுவும் புகைப்படமா?

அல்லது அணைக்கும் நேரம் என்பதால் விளக்கையும் அணைத்து விடுகிறார்களா?

கவிஞர் மூமின் இன்னொரு நயமான காரணம் கூறுகிறார்:

> *இது சங்கம இரவு*
> *இந்த விளக்குகளை*
> *அணைத்துவிடுங்கள்*
> *இன்பத்தின் சபையில்*
> *எரிகின்றவர்களுக்கு*
> *என்ன வேலை?*

கண்ணீரில் மூழ்கிய கதை

காதல் என்பது ஒரு தியாகம்.

காதலிப்பவர்கள் காதலுக்காகப் பலவற்றைத் தியாகம் செய்ய வேண்டியிருக்கிறது.

ஆனால் இதை விடப் பெரிய தியாகம் ஒன்று உண்டு.

அது ஒரு பொது நலத்துக்காகக் காதலையே தியாகம் செய்வது.

காதலிப்பவர்களுக்கு இது மிகக் கடினமானது.

இன்பத்தை விட்டு விட்டுத் துன்பத்தை ஒருவன் துணையாக்கிக் கொள்வானா?

தன் காதலைத் தானே கொலை செய்ய முடியுமா?

எவனாவது தன் வீட்டைத் தானே இடிப்பானா?

எந்த விளக்கின் காதலால் விட்டில் மோகத்தொடு தேடி வந்து சுற்றுகிறதோ அந்த விளக்கை விட்டிலே அணைக்குமா?

தன்னையே ஒருவன் அந்நியமாக்கிக் கொள்வானா?

காதலைத் தியாகம் செய்பவர்கள் இப்படித்தான் செய்ய வேண்டியிருக்கிறது.

இந்தத் தியாகம் அதிசயமானது. அதனால் இந்தத் தியாகிகளைப் பார்த்து வியப்பால் காதலே மௌனமாகிவிடுகிறது.

இத்தகைய பைத்தியக்காரர்கள் ஒரு சிலராவது இருப்பதால்தான் இந்த உலகம் வாழ்ந்து கொண்டிருக்கிறது.

இத்தகைய தியாகம் செய்யப் புறப்படும் ஒருவனைப் பற்றிய கஜல் கவிதை இது. ∴கமர் ஜலாலாபதி எழுதியது.

இதில் சிறந்த கண்ணியென்று ஏதாவது ஒன்றை என்னால் தேர்ந்தெடுக்க முடியவில்லை. ஏனென்றால் எல்லாக் கண்ணிகளும் அருமையாக இருக்கின்றன. எனவே முழுக் கவிதையும் தருகிறேன்.

உங்களுக்கு இன்னொரு வியப்பான செய்தி. இது திரைப் படத்திற்காக எழுதப்பட்ட கஜல்.

சோகத்தையே துணையாக்கிக்கொண்டு
அதோ, போகிறானே அவனைப் பாருங்கள்
தன் தோளில் தன் காதலின் பாடையைச்
சுமந்துகொண்டு போகிறான்.

தன் வீட்டைத் தானே அழிக்க
   ஒரு பைத்தியக்காரன் போகிறான்
விளக்கை அணைப்பதற்கு
   விட்டிலே போய்க் கொண்டிருக்கிறது

காதலிப்பவர்களே!
   இந்தக் காட்சியையும் பாருங்கள்
கண்ணீரில் மூழ்கிய
   கதை ஒன்று போய்க்கொண்டிருக்கிறது

காதல் ஊமையாகிவிட்டது
   முறையீடு அழுகிறது
தனக்குத் தானே அந்நியமாக்கி
   அவன் போய்க்கொண்டிருக்கிறான்.

இமையே திரை

'இறைவன் எங்கே இருக்கிறான்?' என்று சிலர் கேட்கின்றனர்.

புத்திசாலித்தனமாகக் கேட்பதாக அவர்களுக்கு நினைப்பு.

இறைவன் ஆள் அல்ல; இதோ இங்கே இருக்கிறான் என்று காட்டுவதற்கு.

படைக்கப்பட்ட பொருள்களுக்குத்தான் இருப்பதற்கு இடம், காலம் எல்லாம் தேவை.

இறைவன் என்பது பிரபஞ்சத்தைப் படைத்து இயக்கும் ஒரு மகா சக்தியின் பெயர்.

காலமும் இடமும் அவனால் படைக்கப்பட்டவை.

குறிப்பிட்ட காலத்திலும் குறிப்பிட்ட இடத்திலும் அவனை வைக்க முடியாது.

அப்படி வைத்துப் பார்ப்பது அந்த மகா சக்தியைப் புரிந்து கொள்ளாத அறியாமைதான்.

இறைவன் எல்லாக் காலங்களிலும் இருக்கிறான். எல்லா இடங்களிலும் இருக்கிறான்.

காலமும் இடமுமாக இருப்பவன் அவனே.

இறைவனுடைய பண்புகளே படைப்புகளாக வெளிப்பட்டுள்ளன.

நமக்கு மட்டும் பார்க்கத் தெரிந்தால் ஒவ்வொரு பொருளிலும் அவன் இருப்பதைப் பார்க்கலாம்.

நமக்கு மட்டும் பார்க்கத் தெரிந்தால் -

பூவில் அவன் புன்னகையைப் பார்க்கலாம்.

மின்னலில் அவன் கையெழுத்தைப் பார்க்கலாம்.

மழையில் அவன் அருளைப் பார்க்கலாம்.

படைப்புகளின் அழகில் அவன் கலை நயத்தைப் பார்க்கலாம்.

பிரபஞ்ச இயக்கத்தில் அவன் பேரறிவைப் பார்க்கலாம்.

ஆகாயத்தில் அவனுடைய எல்லையற்ற பரப்பைப் பார்க்கலாம்.

பொருள்களைப் பொருள்களாகவே பார்ப்பவன் விஞ்ஞானி.

எல்லாப் பொருள்களிலும் இறைவனைப் பார்ப்பவன் மெய்ஞ்ஞானி.

எதையும் பார்க்கத் தெரியாதவன் அஞ்ஞானி. இவன்தான் எல்லாக் கேள்விகளையும் கேட்பான்.

விடை தெரிந்தவன் கேள்வி கேட்கமாட்டான்.

இறைவனைத் தேடி எங்கேயும் போக வேண்டியதில்லை.

இதோ! அவன் எதிரில் இருக்கிறான். நமக்குத்தான் பார்வை இல்லை. அஞ்ஞானமே அவனைப் பார்க்க விடாமல் தடுக்கிறது.

இறைவனைக் காதலியாகக் கூறுவது உருதுக்கவிதை மரபு.

இது கவிஞர் ∴பானியின் கவிதை:

எதிரில்தான் அவள் இருக்கிறாள்
பார்க்க வேண்டியதுதான் பாக்கி
நானோ கண் மூடியிருந்தேன்
மற்றபடி திரை எதுவும் இல்லை.

■

பேசும் கண்ணீர்

அவன் காதல் வேதனையில் துடித்தான்.

அவளிடம் தன் காதலை எடுத்துச் சொல்லலாம் என்றால் அதற்கு ஆயிரம் தடைகள். சமூகக் கட்டுப்பாடுகள்.

இந்தத் துயரத்தை இதயத்திலேயே வைத்துக் கொண்டிருந்தால் இதயம் வெடித்துவிடும். இதை எப்படியாவது வெளிப்படுத்தி ஆக வேண்டும்.

தன் காதலை அவளிடம் எப்படியாவது தெரிவித்தாக வேண்டும்.

ஒரே ஒரு வழி இருக்கிறது.

மனிதனுக்கு இரண்டு மொழிகள் இருக்கின்றன. ஒன்று

வாயால் பேசும் வார்த்தை மொழி. மற்றொன்று கண்ணால் பேசும் கண்ணீர் மொழி.

அந்தக் கண்ணீர் மொழியால் தன் காதலைப் பேச அவன் துணிந்துவிட்டான்.

காதலில் வாய் ஊமையாகிவிடுகிறது. வார்த்தைகள் அர்த்தமிழந்துவிடுகின்றன.

காதலில் கண்ணே வாயாகிவிடுகிறது. காதலைக் கண் பேசுவது போல வாய் பேச முடியாது.

வார்த்தைகளை விடக் கண்ணீரின் அர்த்தம் ஆழமானது.

வார்த்தைகளால் பேச முடியாததை - பேசக் கூடாததைக் கண்ணீர் பேசி விடும்.

காதலின் கனத்தை வார்த்தைகளால் சுமக்க முடிவதில்லை.

உணர்ச்சிகள் எல்லாக் கண்ணீர் வடிவம் கொள்கின்றன.

வெள்ளம் பெருகும்போது அது கரைகளை உடைத்துக் கொண்டு பாய்வது போல உணர்ச்சிகள் பொங்கும் போது கண் வழியாகப் பாய்ந்துவிடுகின்றன.

உலகம் வாய்க்குப் பூட்டுப் போடலாம். ஆனால் கண்ணுக்குப் போட முடியாது.

உலகம் வார்த்தைகளுக்குத் தடை போடலாம். ஆனால் கண்ணீருக்குப் போட முடியாது.

ஏன்? நாமே கூட நம் வாயை அடக்கிக் கொள்ள முடியும். ஆனால் நம் கண்ணீரை அடக்க முடியாது.

கண்ணீர் யாருக்கும் பயப்படுவதில்லை. வெட்கப் படுவதில்லை.

கொடுமையான சர்வாதிகார ஆட்சியிலும் இப்படித்தான் நடக்கிறது.

வாய் திறந்து பேச அனுமதி இல்லாதபோது அடக்கப்பட்டவர்கள் தங்கள் துயரத்தைக் கண்ணீரால் பேசி விடுகிறார்கள்.

கண்ணீரை எந்தச் சர்வாதிகாரியின் ஆணையும் தடுத்து நிறுத்த முடியாது.

நுஸ்அத் எழுதிய கவிதை இது.

> *வாய் திறந்து பேச*
> *அனுமதி இல்லை*
> *என் கண்களிலிருந்து*
> *கண்ணீராவது சொரியட்டுமே.*

பாவமன்னிப்பு

காதல் ஒரு மனோவசியம்.

காதலிப்பவர்களுடைய ஐம்பொறிகளும் காதல் வசப்பட்டுவிடுகின்றன.

காதலன் எல்லாப் பொருள்களிலும் காதலியையே காண்கிறான்.

மேகத்தை விட்டு நிலவு வெளிப்பட்டால் முகத்திரை விலகிக் காதலியின் முகம் தெரிவதாகப் படுகிறது.

பூ மலர்ந்தால் அவள் புன்முறுவல் செய்வதாகத் தோன்றுகிறது.

வானவில்லைப் பார்த்தால் காற்றில் ஆடும் அவள் முந்தானை நினைவுக்கு வருகிறது.

காதலன் எல்லா ஒலிகளிலும் காதலியின் குரலைக் கேட்கிறான்.

குயில் கூவினால் அவள் பேசுவது போல் தோன்றுகிறது.

இதயத் துடிப்பே கூட அவள் காலடி ஓசையாகக் கேட்கிறது.

காதலன் எந்த நறுமணத்தை முகர்ந்தாலும் காதலியை முகர்ந்ததாகவே நினைக்கிறேன்.

தேனைச் சுவைத்தால் காதலியின் இதழைச் சுவைப்பது போல் தோன்றுகிறது.

பனிக் கட்டியைத் தொட்டாலும் கனல் துண்டைத் தொட்டாலும் காதலியைத் தொட்டது போலவே தெரிகிறது.

மனம் எல்லாவற்றையும் விட்டு விட்டுக் காதலியை மட்டுமே நினைக்கிறது.

காதலியின் நினைவே மனத்தின் சுவாசமாகி விடுகிறது.

அவளை மறப்பது என்பது இறப்பதுதான்.

அவளை மறப்பதென்பது காதலுக்குச் செய்கின்ற துரோகம்.

கவிஞன் ஒருவன் இறைவனிடம் பிரார்த்தித்தான். தான் ஒரு பெரிய பாவம் புரிந்துவிட்டதாகவும் அதை மன்னிக்க வேண்டும் என்றும் உருகிக் கேட்கிறான்.

என்ன அந்தப் பாவம்?

> *அவளை ஒரு கண நேரம்*
> *மறந்துவிட்டேன்*
> *இறைவா! இந்தப் பாவத்தை*
> *மன்னித்துவிடு*

கவிஞரின் பெயரை நான் மறந்துவிட்டேன். இந்தப் பாவத்தை வாசகர்கள் மன்னிப்பார்களாக!

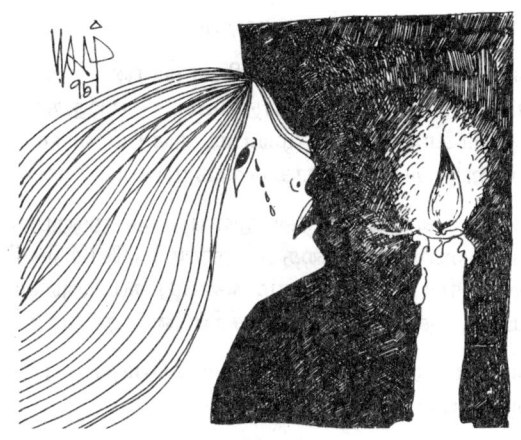

புன்னகைத் தீபம்

துன்பம் வந்தால் அழுவதும் இன்பம் வந்தால் சிரிப்பதும் மனித இயல்பு.

'ஆனால் துன்பம் வந்தால் சிரி' - இடுக்கண் வருங்கால் நகுக - என்கிறார் வள்ளுவர்.

துன்பத்தில் சிரிக்க முடியுமா?

துன்பத்தில் சிரிப்பதென்றால் ஒன்று ஞானியாக இருக்க வேண்டும். இல்லையென்றால் பைத்தியக் காரனாக இருக்க வேண்டும்.

எல்லோராலும் ஞானியாக முடியாது. இன்பத்தையும் துன்பத்தையும் ஒன்றாக மதிக்கும் மன நிலையைச்

சராசரி மனிதர்கள் அடைய முடியுமா?

வேண்டுமென்றால் பைத்தியக்காரன் ஆகலாம். உண்மையிலேயே பைத்தியம் பிடித்தால்தான் பைத்தியககாரன் ஆக முடியும். துன்பம் வரும் போது மட்டும் பைத்தியக்காரனாக நடிக்க முடியுமா? முடியாது.

மேலும் பைத்தியக்காரன் துன்பத்தை அனுபவித்துச் சிரிப்பதில்லை. துன்பத்தை உணராமலேயே சிரிக்கிறான். மேலும் தான் சிரிக்கிறோம் என்பது கூட அவனுக்குத் தெரியாது. அவன் சிரிப்புக்குச் சிரிப்பின் அர்த்தம் இல்லை.

அப்படியென்றால் 'துன்பம் வரும்போது சிரி' என்று வள்ளுவர் ஏன் சொன்னார்?

சிரிப்பதுதான் துன்பத்தை எதிர்த்து வெல்லும் வழி என்பது வள்ளுவர் கருத்து.

அதாவது சிரிப்பு என்பது துன்பத்தைத் தாக்கிக் காயப்படுத்தும் ஆயுதம்.

துன்பத்தில் சிரிப்பவனைக் கண்டால் 'அழவைக்கலாம் என்று வந்தோம். இவனோ சிரிக்கிறான். இவனை நாம் ஒன்றும் செய்ய முடியாது' என்று நினைத்துத் துன்பம் ஓடிவிடும்.

துன்பத்தை வெல்ல இதை விடச் சிறந்த வழி வேறொன்னும் இல்லை என்கிறார் வள்ளுவர்.

இந்தக் கருத்தைக் கவிதையாக்கிச் சொல்லுகிறார் உருதுக் கவிஞர் அதம்.

அது கவிதையாக இருப்பதால் நாம் எதிர்த்துக் கேள்வி ஏதும் கேட்க முடியவில்லை.

அவர் சொல்வதை அப்படியே ஏற்றுக்கொள்கிறோம். மேலும் ரசிக்கவும் செய்கிறோம். இதுதான் கவிதை செயலாற்றும் முறை. இதுதான் கவிதையின் வெற்றி.

அதம் அப்படி என்ன சொல்கிறார்?

> சோகத்தில் ஏன்
> சிரிக்கிறாய் என்கிறாயா?
> இருள் சூழும் போதுதானே
> விளக்கேற்ற வேண்டும்?

இதயக் கோப்பை

மனித வாழ்வில் இன்பம் அதிகமா? துன்பம் அதிகமா? என்று கேட்டால் துன்பம்தான் அதிகம்.

இந்த உலகம் முக்காற் பங்கு தண்ணீரால் ஆனது.

மனித வாழ்க்கையும் முக்காற் பங்கு கண்ணீரால் ஆனது.

இன்பங்களை எண்ணிச் சொல்லிவிடலாம். ஆனால் துன்பங்களின் வகைக்கோ கணக்கே இல்லை.

எத்தனை வகையான துயரங்கள் மனிதனுக்கு?

அத்தனையையும் அவன் தாங்கிக் கொண்டு தானே வாழ்ந்து கொண்டிருக்கிறான்.

மனித இதயம் அதிசயமான ஆற்றல் உடையது. அது எத்தகைய துயரத்தையும் தாங்கிக் கொள்கிறது.

துயரத்தைத் தாங்கிக்கொள்ளும் சக்தி இதயத்திற்கு இல்லையென்றால் முதல் துயரத்திலேயே மனிதர் எல்லோரும் இறந்து போயிருப்பர்.

இன்று உலகில் மனிதனே இருந்திருக்க மாட்டான்.

கவிஞர் ஜிகர் துயரத்தை மதுக்கடை என்கிறார்.

அந்த மதுக்கடையில் எப்போதும் மது தீர்வதே இல்லை. பஞ்சமில்லாமல் கிடைத்துக்கொண்டே இருக்கிறது.

மனித இதயத்தைக் கோப்பை என்கிறார் ஜிகர்.

இதயக் கோப்பை அதிசயமானது. அதில் எவ்வளவு ஊற்றினாலும் ஏற்றுக்கொள்கிறது. நிரம்பி வழிவதே இல்லை.

காலம் துயர மதுவை ஊற்றிக்கொண்டே இருக்கிறது. இதயக் கோப்பையும் ஏற்றுக்கொண்டே இருக்கிறது.

சிந்திக்க வேண்டிய உவமை.

இதயக் கோப்பை துயர மதுவை ஊற்றுவதற்காகவே படைக்கப்பட்டதா?

அப்படியென்றால் இன்பம்?

துயர மதுவின் போதைதான் இன்பம் என்பதோ?

> *துயரமெனும் மதுக்கடையில்*
> *மதுவுக்கோ பஞ்சமில்லை*
> *இதயமெனும் கோப்பையோ*
> *நிரம்பிக்கொண்டே இருக்கிறது.*

கோப்பையில் சொர்க்கம்

கவிஞர்களில் பலர் கோப்பையில் குடியிருப்பவர்களாகவே இருக்கிறார்கள்.

பேனாவுக்கு மையூற்றினால் மட்டும் போதாது. தங்களுக்கு மதுவூற்றிக் கொண்டால்தான் சிலரால் எழுதவே முடிகிறது.

தண்ணீரில்தான் தாமரை மலரும். இவர்கள் கவிதைத் தாமரைகளோ மதுவில்தான் மலரும்.

உறங்கும் கற்பனையை இவர்கள் மதுவைத் தெளித்து எழுப்புகிறார்கள்.

கவிதை நெருப்பு என்றால் இவர்களுக்கு மதுதான் எண்ணெய்.

கவிதை புண்ணியத் தலம் என்றால் இவர்களுக்கு மதுதான் புண்ணிய தீர்த்தம்.

இஸ்லாம் மதுவைத் தடை செய்தது.

ஆனால் மது போதைப் பழக்கத்திற்கு அடிமையானவர்கள் அதை விட முடியவில்லை.

எனவே சிலர் இந்தத் தடையை எதிர்த்துப் பாடினார்கள்.

மது என்பது அரபி, பாரசீக, உருதுக்கவிதையில் 'ஞானம்' என்பதற்குக் குறியீடாகவும் பயன்படுத்தப்படுகிறது.

சிலர் இதைப் பயன்படுத்திக்கொண்டு ஞானத்தைப் புகழ்வதுபோல் மதுவைப் புகழ்ந்தார்கள்.

சிலரோ தங்கள் சாமார்த்தியத்தைப் பயன்படுத்தி மது நல்லதுதான் என்பதற்கு நயமான காரணங்களைச் சொன்னார்கள்.

மனசாட்சியின் உறுத்தலோடு மது அருந்திக் கொண்டிருப்பவர்களுக்கு இந்தக் காரணங்கள் ஆறுதலாக இருந்தன. சிலருக்கோ மது அருந்துவதற்கு இவை சாக்காகவும் பயன்பட்டன.

மதுத் தடையை ஏற்றுக் கொண்டு மது அருந்தாதவர்கள் கூட மதுவைப் பற்றிய கவிதைகளை ரசிக்கும் மரபு அரபி, பாரசீக, உருது இலக்கிய உலகில் உண்டு.

மது போதைதானே தடை செய்யப்படாது. கவிதை போதை தடை செய்யப்படவில்லையே.

இக்காலக் கவிஞர் ஆதம் மது இறைவனால் ஏன் தடை செய்யப்பட்டது என்பதற்கு நயமான காரணம் சொல்கிறார்.

புகழ் பெற்ற கஜல் பாடகர் பங்கஜ் உதாஸ் பாடும் பாடல்களில் இதுவும் ஒன்று. இந்தப் பாடலுக்கு ரசிகர்களிடம் அமோக வரவேற்பு.

மது, உயிரோடு இருக்கும் போதே
சொர்க்கத்திற்கு
அழைத்துச் செல்கிறது.
அதனால்தான் அது
தடைசெய்யப்பட்டிருக்கிறது.

சோகம் ஒரு சொத்து

மனிதன் வாழ்க்கையில் இன்பத்தையும் சம்பாதிக்கிறான். துன்பத்தையும் சம்பாதிக்கிறான்.

இன்பம் பணத்தைப் போன்றது. சம்பாதிக்கும் பணம் செலவாகிவிடுவதைப் போலவே இன்பமும் போய்விடுகிறது.

துன்பம் அனுபவம் போன்றது. அது மனிதனிடமே தங்கி விடுகிறது.

இன்பம் விருந்தாளியைப் போன்றது. சில நாள் இருக்கும் போய்விடும்.

துன்பம் உறவினர்களைப் போன்றது. அது எளிதில் பிரிவதில்லை.

துன்பத்தை அனுபவிக்கிறவன் அது நீங்காதா என்று நினைப்பான். அதை நீக்குவதற்கு யாராவது வர மாட்டார்களா என்று ஏங்குவான்.

ஆனால் காதல் உலகில் மட்டும் துன்பம் கூட விரும்பக் கூடியதாகிவிடுகிறது.

ஏனென்றால் காதல் உலகம் வினோத உலகம். பைத்தியக்கார உலகம்.

கண்ணீரை யார் தான் விரும்புவார்கள்?

ஆனால் காதல் உலகில் கண்ணீர்த்துளிகள் நட்சத்திரங்களாகிவிடுகின்றன.

காயங்களை யார்தான் வரவேற்பார்கள்?

ஆனால் காதல் உலகில் காயங்கள் பூக்களாகிவிடுகின்றன.

துன்பத்தை அனுபவிக்க வேண்டும் என்று யார்தான் ஆசைப்படுவார்கள்.

ஆனால் காதல் உலகில் துன்பம் கூட சுகமாகிவிடுகிறது.

காதலுக்காகத் துன்பப்படுகிறோம் என்று நினைக்கும் போது அதில் ஓர் ஆனந்தம் பிறக்கிறது. பெருமை உணர்வு பிறக்கிறது.

காதலுக்காக, காதலால் ஏற்படும் துன்பத்தை நாம் சகித்துக்கொள்ளும் போது அதுவே நம் காதலுக்கு நிரூபணமாகிறது.

சோகமே காதலை அலங்கரிக்கிறது.

எனவே இந்த சோகத்தைக் காதல் உள்ளம் இழக்க விரும்புவதில்லை. தன்னிடம் வைத்துக்கொள்ளவே விரும்புகிறது.

இது ஒரு கவிதை எழுதிய கவிதை. இந்தித் திரைப்பட வானில் பிரகாசமாக ஜொலித்து மறைந்த அபூர்வமான தாரகை மீனா குமாரி எழுதிய கவிதை.

> *என் சோகத்தை*
> *யாரும் நீக்க முயலாதீர்கள்*
> *இது என்னிடமே இருக்கட்டும்*
> *ஏனென்றால் இது என்னுடையது.*

■

இருளே முகவரி

ஊரெல்லாம் விளக்கேற்றும் இரவு நேரம்.

அவன் மட்டும் வீட்டில் விளக்கேற்றவில்லை.

அவன் வீடு மட்டுமல்ல, அவனும் இருண்டிருந்தான்.

அவன் காதலி பிரிந்திருந்தாள். அதனால் அவன் துயரத்தில் இருந்தான்.

அவன் இல்லத்தில் இரவின் இருள் இருந்தது. அவன் உள்ளத்தில் பிரிவின் இருள் இருந்தது.

விளக்கேற்றுவதால் இரவின் இருள் நீங்கும். பிரிவின் இருள் நீங்குமா?

இரவின் இருளில் கொஞ்சம் பழகிவிட்டால் பார்க்க முடியும்.

பிரிவின் இருளில் எவ்வளவு பழகினாலும் ஒன்றும் தெரியாது.

அது இருளே பயப்படும் இருள்.

அந்த இருள் நீங்க வேண்டுமென்றால் அதற்கு ஒரே வழிதான் உண்டு.

அவள் வர வேண்டும்.

ஆம். அவள்தான் அந்த இருளுக்கு விளக்கு.

பிரிவுத் துயரத்தில் இருப்பவர்கள் தனிமையை விரும்புவார்கள்.

இருள் தனிமையைத் தரும் அந்தரங்க அறை.

அந்தத் தனிமை, அந்த இருள் ஆறுதலாக இருக்கும்.

அதனால்தான் அவன் விளக்கேற்றவில்லை.

அந்த இருளில் அவனுக்கு இன்னொரு நன்மையும் தெரிந்தது.

அவன் இருக்கும் இடத்தைக் கண்டுபிடிக்கக் காதலி சிரமப்பட வேண்டியதில்லை.

அந்த ஊரில் எந்த வீடு இருண்டிருக்கிறதோ அதுதான் அவனுடைய வீடு.

இருள்தான் அவன் முகவரி, அதனால் அவன் காதலி அவன் இருப்பிடத்தை எளிதாகக் கண்டுபிடித்துவிடலாம்.

காதல் உள்ளம் இருளையும் அழகாக்கி விடுகிறது.

கவிஞர் பா.:.கீயின் கவிதை இது.

> இந்த ஊரில்
> என் வீட்டில் மட்டும்தான்
> விளக்கில்லை
> இருளே உனக்கு
> என் முகவரியைக்
> காட்டிவிடும்.

காதல் கண்ணாடி

மதுவை மதுவே அறியாது குடிப்பவனே அறிவான்.

பெண்களைப் பெண்ணே அறிந்துகொள்ள முடியாது.

பெண்ணை ஆணே அறிவான். அதற்காகவே அவன் படைக்கப்பட்டிருக்கிறான்.

ஆண் இல்லையென்றால் பெண் தன்னை அறியாமலே போயிருப்பாள்.

அழகு பெண்ணாகவும், காதல் ஆணாகவும் பிறந்திருக்கின்றன.

அழகைக் காதலே அறியும்.

அழுக்குக் காதலே கண்ணாடியாக இருக்கிறது.

வெறுங் கண்ணாடியில் முக அழகு மட்டும்தான் தெரியும்.

காதல் கண்ணாடியில் அக அழகும் தெரியும்.

காதலன் பார்வையில் காதலி பேரழகியாகத் தெரிகிறாள்.

காதல் பார்க்கும் அழகு, அழகின் அழகு மட்டுமல்ல காதலின் அழகும்தான்.

காதல் அழகை மேலும் அழகாக்குகிறது.

காதல் காதலியிடம் உள்ள, அவனே அறியாத அழகுகளையும் கண்டுபிடித்துவிடுகிறது.

தேவையே ஒரு பொருளின் மதிப்பை உயர்த்துகிறது.

பெண் ஆணின் தேவையாக இருக்கிறாள். ஆணால்தான் பெண்ணின் மதிப்பு உயர்கிறது.

ஆணே பெண்ணின் கனத்தை உணர்த்தும் எடைக் கல்லாக இருக்கிறான்.

காதலிக்கப்படும் போதுதான் அழகுக்கு அங்கீகாரமும் மதிப்பும் கிடைக்கின்றன.

கவிஞர் மீரின் கவிதை இது.

> எப்போதும் கண்ணாடியையே
> பார்த்துக் கொண்டிருக்கிறாயே,
> அதில் என்ன இருக்கிறது?
> உன்னைக் காணத் துடிக்கும்
> காதலன் பக்கத்தில்
> ஒரு கணம் அமர்ந்துபார்.

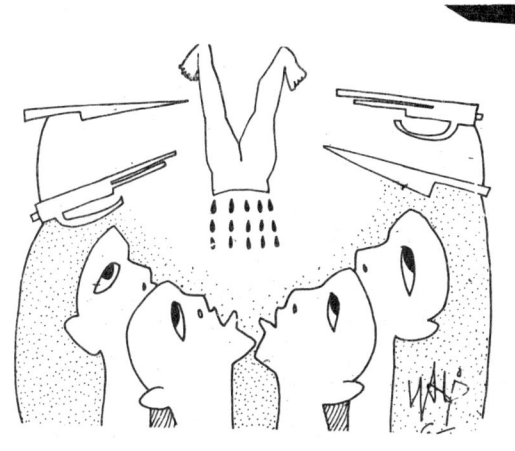

ரத்த தேசம்

செய்தித் தாளை விரித்தால் எல்லாப் பக்கங்களிலும் ரத்தம்.

எல்லாத் திசைகளிலிருந்தும் ஆயுதங்களின் சத்தம்.

மழை பெய்கிறதோ இல்லையே ரத்த மழை தவறாமல் பெய்துகொண்டிருக்கிறது.

வானம் பார்த்த பூமியிலும் ரத்தப் பாசனம் நடக்கிறது.

இந்தத் தேசத்தில் எல்லோரும் ரத்தக் காட்டேரிகளாகி விட்டார்கள். ரத்த தாகம் பிடித்து அலைகிறார்கள்.

அன்பே உருவான இறைவனை வணங்குவதாக

சொல்லும் மதவாதிகளின் வாய்களிலும் கைகளிலும் மனித ரத்தம்.

ஆலயங்களுக்கு ரத்தாபிஷேகம் நடக்கிறது. ரத்தமே புண்ணிய தீர்த்தமாக இருக்கிறது.

எல்லா மதங்களின் வேத புத்தகங்களின் பக்கங்கள் ரத்த நதியில் காகிதக் கப்பல்களாக மிதக்கின்றன.

நேசப் பூக்களைப் பரிசளிக்க வேண்டிய மதங்கள் ஆயுதங்களை வினியோகம் செய்கின்றன.

சக மனிதனை சகோதரனாகப் பார்க்க வேண்டிய மனிதன் பகைவனாகப் பார்க்கிறான்.

வயலில் பாய வேண்டிய நீர் சாக்கடையில் கலப்பதைப் போல, தேசத்தின் வளத்திற்குப் பாதுகாப்பிற்கும் பயன்படவேண்டிய ரத்தம் கலவரங்களில் வீணாகிக் கொண்டிருக்கிறது.

ஸ்வரங்களுக்குள் சண்டை என்றால் சங்கீதம் எப்படிப் பிறக்கும்?

சோகை பிடித்த இந்தத் தேசத்திற்கு ரத்ததானம் தேவைப்படுகிறது. ஆனால் அதற்காகச் சேமிக்கப் பட வேண்டிய ரத்தம் கலவரங்களில் விரயமாக்கப்படுகிறது.

மதக் கலவரம், இனக் கலவரம், சாதிக் கலவரம், கட்சிக் கலவரம் என்று மனித ரத்தத்தைக் குடிப்பதற்கு எத்தனை வாய்கள்?

ஆக்க வேலைக்குப் பயன்பட வேண்டிய மனித சக்தி அழிவு வேலையில் அல்லவா வீணாக்கப் படுகிறது.

அலி சர்தார் ஜா.்.ப்ரி சோகத்தோடு பாடினார்.

> என் தேசத்து மண்ணே!
> என் ரத்தத்தையும்
> உனக்குத் தருவேன்
> இந்தக் கலவரங்களுக்குப் பிறகும்
> ஏதாவது மிஞ்சியிருந்தால்.

இருண்ட சுகம்

அவனுக்குக் காதல் கிடைத்தது. ஆனால் காதலி கிடைக்கவில்லை.

சந்தர்ப்பமும் சூழ்நிலையும் அவர்களைப் பிரித்தன.

அவன் விதியின் வேட்டை நகங்களால் காயம் பட்டான்.

அவன் கிழக்கிலும் அஸ்தமனம் நடந்தது.

அவன் பசிக்கு உண்ணத் துயரமும் தாகத்திற்குக் குடிக்கக் கண்ணீரும்தான் கிடைத்தன.

அவன் விடியல் இல்லாத இரவாக இருந்தான்.

அவன் ஏற்றிய தீபங்களும் இருளையே தந்தன.

அவன் வாழ்க்கை இருண்டு போனது.

இந்த இருட்டை ஏற்றுக்கொள்ள அவன் தயார். எப்படியாவது காதலியோடு சேர்ந்திருக்கும் வாய்ப்புக் கிடைத்தால் போதும்.

அவன் காதலியோ வெளிச்சத்தின் விலாசமாக இருப்பவள்.

நிலாவில் செதுக்கிய சிலையாக இருப்பவள்.

இருள் எப்படி இந்த ஒளியோடு உறவாட முடியும்?

அவனுக்கு ஒரு வழி தெரிந்தது.

அவன் காதலியின் கன்னத்தில் ஒரு கறுப்பு மச்சம் இருந்தது.

அந்தக் கன்னத்து மச்சமாக ஆகிவிட்டால் அவள் கன்னத்தை எப்போதும் முத்தமிட்டபடி இருக்கலாமே?

அவள் கூந்தலும் கறுப்புத்தான். அந்தக் கூந்தலாகும் பாக்கியம் கிடைத்தால் அவள் மேனியைத் தழுவிக்கொண்டே இருக்கலாமே?

கூந்தலும் மச்சமும் கறுப்பாக இருந்தாலும் அவளிடம் சேர்ந்திருப்பதால் அழகாகிவிட வில்லையா?

அவனும் அவளோடு சேர்ந்தால் அழகு பெற்றுவிடுவானே?

புகழ்பெற்ற பாகிஸ்தான் கஜல் பாடகர் குலாம் அலியின் புகழ் பெற்ற பாடலில் வரும் வரிகள் இவை.

> இருண்டு போவதுதான்
> என் விதியென்றால்
> அவள் கூந்தலாகவோ மச்சமாகவோ
> நான் ஆகியிருக்கக் கூடாதா?

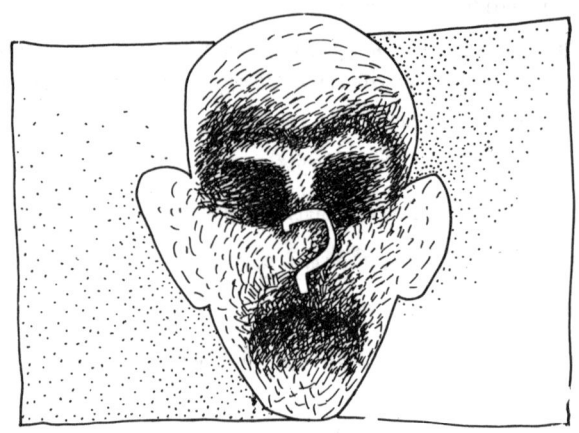

சுய சந்திப்பு

மனிதன் வானத்தை அறிந்துகொண்டான். பூமியை அறிந்துகொண்டான்.

ஆனால் அவனைப் பற்றி மட்டும் அவன் அறிந்துகொள்ளவில்லை.

மனிதன் கடலின் ரகசியங்களைத் தெரிந்துகொண்டான்.

ஆனால் அவனுடைய உடலின் ரகசியங்களைத் தெரிந்து கொள்ள முடியவில்லை.

மனிதன் அணுவின் ஆற்றலைக் கண்டுபிடித்துவிட்டான்.

ஆனால் அவனுடைய அகத்தின் ஆற்றலைக் கண்டுபிடிக்க முடியவில்லை.

மனிதன் அண்ட சராசரங்களை அளந்து விட்டான்.

ஆனால் அவன் அவனை அளக்க முடியவில்லை.

மனிதன் நிலாவுக்கே கூடப் போய்ச் சேர்ந்துவிட்டான்.

ஆனால் அவனிடம் அவன் போய்ச் சேர முடியவில்லை.

மனிதன் யார் யாரையோ சந்தித்து விடுகிறான்.

அவனை மட்டும்தான் அவனால் சந்திக்க முடியவில்லை.

கவிஞர் ஜிகர் கூறுகிறார்.

காதலியைச் சந்திக்க வேண்டும் என்று ஆசைப்படுகிறாய்.

அந்த ஆசை அவ்வளவு எளிதாக நிறைவேறக் கூடியதா?

உன்னைச் சந்திப்பதற்கே உனக்குப் பல யுகங்கள் பிடிக்கும். அப்படி இருக்கும் போது காதலியைச் சந்திக்க எவ்வளவு யுகங்கள் காத்திருக்க வேண்டும்?

கஜலில் காதலி என்பது கடவுள் என்றும் பொருள்படும்.

தன்னை அறிந்தவனே தலைவனை அறிவான் என்ற சூ∴பிக் கோட்பாட்டையும் இந்தக் கவிதை உணர்த்துகிறது.

தன்னையே அறிய முடியாத மனிதன் கடவுளை எப்படி அறிவான்?

> *அவளைச் சந்திப்பது*
> *அவ்வளவு எளிதா?*
> *உன்னை நீ சந்திப்பதற்கே*
> *யுகங்கள் பிடிக்குமே.*

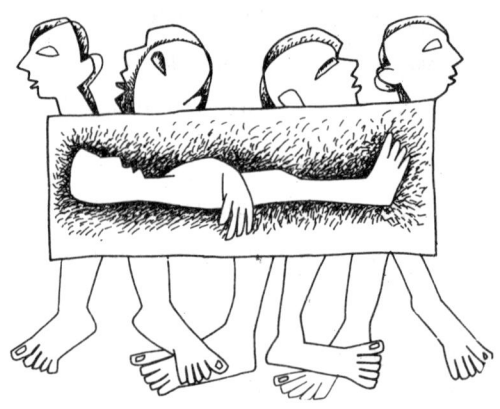

சத்திரத்தின் முகவரி

மரணத்தைக் கண்டு எல்லோரும் அஞ்சுகிறார்கள்.

மரணம் பற்றித் தெரிந்திருந்தால் இப்படி அஞ்ச மாட்டார்கள்.

அறியாமையே அச்சத்தின் ஆதாரம்.

செத்தால்தான் சுடுகாடு தெரியும் என்பார்கள். இது தவறான கருத்து.

செத்தவன் எதையும் தெரிந்துகொள்ள முடியாது.

எதையும் தெரிந்துகொள்வதற்கான அறிவோ, உணர்வோ அவனிடம் இருக்காது.

வாழ்பவன்தான் சுடுகாட்டைத் தெரிந்து கொள்ள முடியும்.

சாவைப் பற்றியும் செத்தவன் தெரிந்து கொள்ள முடியாது.

உயிரோடிருப்பவன் தான் சாவைப் பற்றி அறிய முடியும்.

மரணம் என்றால் என்ன என்பதை வாழ்க்கையிலிருந்துதான் தெரிந்து கொள்ள முடியும்.

அதாவது வாழ்க்கையை அறிந்தவன் தான் மரணத்தையும் அறிவான்.

மரணம் என்றால் என்னவென்று புரியவில்லை என்று ஒருவன் சொல்கிறான் என்றால் அவனுக்கு வாழ்க்கையும் புரியவில்லை என்று பொருள்.

வாழ்வாங்கு வாழ்கின்றவனே வாழ்க்கையை அறிவான். அவனுக்கே மரணம் இன்னதெனத் தெரியும்.

மரணத்தை அறிந்தவன் மரணத்திற்கு அஞ்ச மாட்டான்.

வாழத் தெரியாமல் வாழ்கிறவர்களே மரணத்தைக் கண்டு அஞ்சுகிறார்கள்.

அறிந்ததில் அச்சம் உண்டாகாது.

உயிர் ஒரு பயணி.

அதன் பயண வழியில் வாழ்க்கையும் ஒரு சத்திரம், மரணமும் ஒரு சத்திரம்.

கவிஞர் தா.்.க் சொல்கிறார்.

மரணத்தைப் பற்றிய உண்மையை
வாழ்கிறவர்களிடம் கேள்
பயணிக்கு ஒரு சத்திரத்தின் முகவரி
மற்றொரு சத்திரத்தில் கிடைக்கிறது.

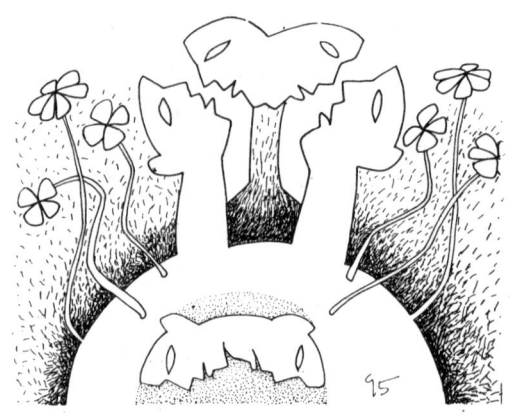

வண்ணமும் வாசமும்

இந்தப் பூவுலகம் ஒரு பூங்காவாக இருக்கிறது.

மனிதர்கள் மலர்களாக இருக்கிறார்கள்.

ஒரு பூவைப் போலவே மனிதனும் ஒரு விதையிலிருந்து வெளிப்படுகிறான்.

ஒரு பூவைப் போலவே மனிதனும் கொடியில் உதிக்கிறான்; கொப்பூழ்க் கொடியில்.

மனிதனின் வாழ்க்கையும் மலரின் வாழ்க்கையாகவே இருக்கிறது.

ஒரு மலரைப் போலவே அவனும் ஏதோ ஒரு தோட்டத்தில் தோன்றுகிறான்.

மலரைப் போலவே அரும்புகிறான்; மலர்கிறான்; மணம் வீசுகிறான்.

இறுதியில் மலரைப் போலவே வாடுகிறான்; உதிர்கிறான்; மண்ணோடு மண்ணாகிவிடுகிறான்.

ஒவ்வொரு மலருக்கும் ஒரு வண்ணமுண்டு. அதைப் போலவே ஒவ்வொரு மனிதனுக்கும் ஒரு வண்ணமுண்டு.

மனிதன் தனக்கென ஒரு முகமும் உடலும் கொண்டு பிறக்கிறான். இவையே அவன் வண்ணமாக இருக்கின்றன.

பூவின் வண்ணம் போலவே மனிதனின் முகமும் உடலும் புறக் கோலங்களாக இருக்கின்றன.

வண்ணம் பூவின் அடையாளமாக இருப்பதைப் போலவே மனிதனுக்கும் அவன் முகம் அடையாளமாக இருக்கிறது.

ஆனால் உலகம் வண்ணத்தை விடப் பூவின் வாசத்திற்கே அதிக மதிப்பைத் தருகிறது.

மனிதனுக்கும் வாசம் உண்டு. அவனுடைய குணமும், செயல்களும் அவனது வாசமாக இருக்கின்றன.

மலர் வண்ணம் மங்கி வாடி உதிர்வது போன்றே மனிதனும் முதுமையில் வடிவம் குலைந்து இறந்து போகிறான்.

மலரின் வாசம் காற்றோடு கலந்து மறைவது போலவே அவனுடைய உயிரோடு குணமும் செயல்களும் காற்றோடு காற்றாய்க் கலந்து மறைந்து விடுகின்றன.

வாசம் எங்கே போகிறதோ அங்கே மனிதனும் போய் விடுகிறான்.

> இந்தப் பூவுலகப் பூங்காவில்
> பூவாகப் பிறப்பெடுத்தோம்
> வண்ணமாகி வந்தோம்
> வாசமாகப் போய்விடுவோம்.

– ஆர்ஸு லக்னவி

பாடும் முட்கள்

இளவேனிற் காலத்தில் பூக்கள் மட்டுமல்ல முட்களும் முளைக்கின்றன.

மலர், முள் என்ற வேறுபாடு நமக்குத்தான். இளவேனிலுக்கு இல்லை.

மலரைப் போலவே முள்ளும் இளவேனில் தாய்க்குப் பிள்ளைதான்.

இரண்டின் பிறப்புக்கும் அவசியம் இருக்கிறது.

இயற்கை தன் ஒவ்வொரு படைப்புக்கும் ஒரு வரம் தருகிறது.

மலருக்கு அழகைக் கொடுத்த இயற்கை முள்ளுக்கு உறுதியைக் கொடுத்தது.

அழகு மென்மையானது. அதனாலேயே அது சீக்கிரம் வாடி உதிர்ந்து விடுகிறது.

முள் உறுதியானது. அதனாலேயே அது அதிக நாள் வாழ்கிறது.

மனிதர்களிலும் மலர்கள் உண்டு; முட்கள் உண்டு.

மென்மை, வன்மை இரண்டும் வாழ்க்கைக்குத் தேவை.

அழகான மலர் மகிழ்ச்சியைத் தருகிறது.

உறுதியான முள் பாதுகாப்பைத் தருகிறது.

வாழ்க்கையில் நமக்கு எது கிடைக்கிறதோ அதைக் கொண்டு மகிழ்ச்சியடைய வேண்டும்.

ஆனால் மனிதர்கள் எது கிடைக்க வில்லையோ அதை நினைத்து வருந்துகிறார்கள்.

மலருக்கு அழகு கிடைத்திருக்கிறது. ஆனால் அதுவோ தனக்கு நீண்ட ஆயுள் கிடைக்கவில்லையே என்று அழுகிறது.

முள்ளோ தனக்கு அழகு கிடைக்கவில்லையே என்று வருந்தவில்லை. மாறாக நீண்ட ஆயுள் கிடைத்திருக்கிறதே என்று மகிழ்கிறது.

மனிதர்களே! மலரைப் போலப் புலம்பாதீர்கள். முள்ளைப் போல இருங்கள். வாழ்க்கையைக் கொண்டாடுங்கள்.

பாகிஸ்தான் கவிஞர் ஹாமித் எழுதிய வரிகள் இவை:

> இளவேனிலைப் புகழ்ந்து
> பாடிக்கொண்டிருந்தன முட்கள்
> பூக்களைப் பார்த்தேன்
> புலம்பிக் கொண்டிருந்தன.

அகமே ஆலயம்

'இறைவன் எங்கே இருக்கிறான்?' என்று சிலர் கேட்கிறார்கள்.

இறைவன் ஆளாகவோ, பொருளாகவோ இருந்தால்தான் இப்படிக் கேட்க முடியும்.

அவன் ஆளுமல்ல, பொருளுமல்ல. அவன் இவற்றுக்கு அப்பாற்பட்ட ஒரு மாபெரும் சக்தி.

இன்னும் சிலர் 'இறைவன் வானத்தில் இருக்கிறான்' என்கிறார்கள்.

உண்மையில் வானம் என ஒன்றில்லை. இல்லாத ஒன்றில் இறைவன் எப்படி இருப்பான்?

மேலும் இறைவன் வானத்தில் இருக்கிறான் என்றால் பூமியில் இல்லை என்றாகிவிடும்.

'இருக்கிறான்' என்றாலும் பிரச்சினைதான். அவன் முன்பு இருந்தானா? நாளை இருப்பானா? என்ற கேள்விகள் எழும்.

இறைவன் காலம் கடந்த சக்தி. மேலும் காலம் என்பதே ஒரு மாயை.

இன்னும் சிலர் 'இறைவன் இங்கே இருக்கிறான்' என்று குறிப்பிட்ட இடத்தைக் காட்டுகின்றனர்.

குறிப்பிட்ட இடத்தில் மட்டும்தான் அவன் இருக்கிறான் என்றால் மற்ற இடங்களில் அவன் இல்லை என்றாகிவிடும்.

இறைவன் எல்லா இடங்களிலும் இருக்கிறான்.

இறைவனைப் பற்றிய அறியாமையே இத்தகைய தவறான கருத்துகளுக்குக் காரணம்.

காலமும் இடமும் படைப்புகளுக்கே; படைத்தவனுக்கு அல்ல.

இறைவன் இருப்பதற்கு வானமும் பூமியும் போதாது. அவன் பெருமைக்கு முன் அவை மிகச் சிறியவை.

ஆனால் இறைவன் இருப்பதற்குரிய பெரிய விசாலமான ஓர் இடம் உண்டு.

அதுதான் மனித மனம்.

ஏனெனில் மனம் வானம் பூமியை விடப் பெரியது. அதன் பரப்புக்கு எல்லை இல்லை.

மேலும் மனத்திற்குக் கால, இடக் கட்டுப் பாடும் இல்லை.

மனம்தான் இறைவன் விரும்பும் கோயில், மசூதி, சர்ச், குருத்வாரா.

இதைத் தெரிந்து கொள்ளாத மூடர்களே கல்லாலும் மண்ணாலும் ஆன கட்டிடங்களை எழுப்பிக் கொண்டு சண்டையிட்டுக் கொண்டிருக்கிறார்கள்.

கவிஞர் 'தர்த்' கூறுகிறார்:

> உன்னைத் தாங்கும் சக்தி
> வானத்திற்கும் பூமிக்கும் ஏது?
> நீ இருப்பதற்குத் தகுந்த இடம்
> என் மனம் அல்லவா?

■

கருமியின் பணப் பெட்டி

ஆசைப்படுவதை அடைவதற்கான போராட்டம்தான் மனித சரித்திரம்.

மனிதப் படகுக்கு ஆசைகளே துடுப்புகளாக இருக்கின்றன.

ஒவ்வொருவனுக்கும் ஒவ்வொரு ஆசை.

ஒருவன் பெண்ணை விரும்புகிறான். ஒருவன் மண்ணை விரும்புகிறான்.

ஒருவன் பதவியை விரும்புகிறான். ஒருவன் பணத்தை விரும்புகிறான்.

ஒவ்வொரு பருவத்திலும் ஒவ்வொரு விதமான ஆசை.

குழந்தைப் பருவத்தில் பொம்மைகளை விரும்புகிறான்.

வயதான பிறகு உயிருடைய பொம்மைகளை விரும்புகிறான்.

எப்படியோ மனிதனுக்கு ஒவ்வொரு பருவத்திலும் விளையாடுவதற்கு ஏதாவது வேண்டும்.

ஆசையில்லாத மனிதனே இல்லை.

ஆசைகளைத் துறக்க வேண்டும் என்பவனும் மோட்சத்தை விரும்புகிறான்.

ஆனால் மனிதன் கேட்பதெல்லாம் அவனுக்குக் கிடைத்து விடுவதில்லை.

ஏன் கிடைப்பதில்லை?

ஒவ்வொருவரும் ஒவ்வொரு காரணத்தைச் சொல்லு கிறார்கள்.

'நீ விரும்பினால் போதாது. இறைவனும் விரும்ப வேண்டும்' என்கின்றனர் சிலர்.

'விதியில் இருந்தால்தான் கிடைக்கும்' என்கின்றனர் சிலர்.

'ஆசைப்படுவதை அடைவதற்கு வேண்டிய முயற்சியை நீ செய்யவில்லை' என்கின்றனர் சிலர்.

'உன் ஆசை உன் சக்திக்கு மீறியது. அதனால்தான் கிடைக்கவில்லை' என்கின்றனர் சிலர்.

மனிதன் கேட்பதெல்லாம் ஏன் கிடைப்பதில்லை என்பதற்கு

கவிஞர் ஃகதீல் ஷிஃபாயி ஒரு சுவையான காரணம் கூறுகிறார்.

இந்த வாழ்க்கையிடமிருந்து
உனக்கு எதுவும் கிடைக்கப் போவதில்லை
இது ஒரு கருமியின்
பணப்பெட்டி

■

இதய விளக்கு

மனிதன் உணவால் வாழவில்லை; உயிர் மூச்சால் வாழவில்லை. நம்பிக்கையால் வாழ்கிறான்.

நம்பிக்கையே உணவு; நம்பிக்கையே உயிர் மூச்சு.

நம்பிக்கை என்றால் எதிர்காலம் பற்றிய நம்பிக்கை; திறமையில், உழைப்பில் நம்பிக்கை; வெற்றியில் நம்பிக்கை.

எல்லாவற்றுக்கும் மேல் எல்லாவற்றையும் ஓர் உன்னதம் நோக்கிச் செலுத்துகின்ற மகா சக்தியின் மேல் நம்பிக்கை.

தோல்விகளைத் தடைக் கற்களாக நினைப்பவன்

உடைந்து போகிறான். படிக் கற்களாக நினைப்பவன் வெற்றிக் கனியைப் பறிக்கிறான்.

விழுவது இயற்கை. ஆனால் விழுந்தபின் மீண்டும் எழாமல் இருப்பது மடமை.

எத்தனை முறை விழுந்தாலும் அலைகள் மீண்டும் எழுகின்றன.

எத்தனை தடைகள் வழி மறித்தாலும் ஆறு வேறு வழி ஏற்படுத்திக்கொண்டு தன் இலட்சியம் நோக்கி நடந்து கொண்டே இருக்கிறது.

இதயம் நம்பிக்கையால் இயங்குகிறது.

அடுத்த இதயத் துடிப்பு உண்டு என்று நம்பாதவன் எதையும் செய்ய மாட்டான்.

நம்பிக்கை இழந்தவன் அனைத்தையும் இழக்கிறான்.

நம் விடியல் சூரியனால் ஏற்படுவதில்லை. நம்பிக்கையால் ஏற்படுகிறது.

நம்பிக்கையே நம் சூரியனாக இருக்கிறது.

இருள் சூழும் நேரத்தில் நிலவினாலோ, நட்சத்திரங்களினாலோ, விளக்குகளினாலோ, நமக்கு வெளிச்சம் கிடைப்பதில்லை.

நம்பிக்கையால்தான் நமக்கு வெளிச்சம் கிடைக்கிறது.

சூரியன் மறைந்தாலும் மீண்டும் தோன்றுகிறான்.

விடியலில் நிலவும் நட்சத்திரங்களும் மங்கினாலும் மீண்டும் பிரகாசிக்கின்றன.

ஆனால் இதயத்தில் எரியும் நம்பிக்கை விளக்கு அணைந்து போனால்...?

கவிஞர் ஆஸி கூறுகிறார்:

> *இதயம் அணைந்துவிட்டால்*
> *உலகம் இருண்டுவிடும்*
> *நிலா, நட்சத்திரம் என்று*
> *வானத்தில் எத்தனை விளக்குகள்*
> *இருந்தாலும் என்ன?*

கர்வ விருந்தாளி

இதயம் ஒரு வீடு.

நினைவுகள் அதில் வந்து போகும் விருந்தினர்கள்.

சில நினைவுகள் நாம் விரும்பி அழைக்கும் விருந்தாளிகள்.

சில நினைவுகளோ நாம் அழைக்காமலே நுழையும் விருந்தாளிகள்.

அழைக்காத விருந்தாளிகள் நம் இதயத்தில் நுழையாமல் தடுக்க நம்மால் முடிவதில்லை.

சில நினைவுகள் சில நாள் இருந்துவிட்டுப் போயவிடும்.

சில நினைவுகளோ பல நாட்கள் தங்கி இருக்கும்.

சில நினைவுகளோ விரட்டினாலும் போகாத விருந்தாளிகள்.

சில நேரங்களில் நம் இதயம் வீடுதானா? இல்லை சத்திரமா? என்ற சந்தேகம் வந்து விடுகிறது.

சில நினைவுகள் வந்த சுவடு தெரியாமல் போய்விடுகின்றன.

சில நினைவுகள் பூக்களைப் பரிசாகத் தந்துவிட்டுப் போகின்றன.

சில நினைவுகளோ ஆழமான காயத்தை ஏற்படுத்திவிட்டுப் போகின்றன.

காதலியின் நினைவு கொஞ்சம் வித்தியாசமானது.

அது விவஸ்தை கெட்ட விருந்தாளி.

அழைத்தால்தான் வரும் என்பதில்லை.

அதற்கு நேரம் காலமே கிடையாது. எப்போது வேண்டுமென்றாலும் வரும்.

அப்படி வரும் போதும் அது வெளியில் நின்று அழைப்பதில்லை. கதவையும் தட்டுவதில்லை.

இந்த நாகரிகம் எல்லாம் அதற்குக் கிடையாது.

அதன் பாட்டுக்கு உள்ளே நுழையும்.

அழைக்காமல் வருகிறோமே என்ற வெட்கமெல்லாம் அதற்கு இல்லை.

மாறாகக் கர்வத்தோடு நுழையும்.

அது இதயத்திற்கு வருவதே இதயத்திற்கு ஒரு பெருமை என்று அதற்கு நினைப்பு.

கவிஞர் ஆர்ஸுவின் கவிதை இது.

> *அழைப்பதுமில்லை*
> *கதவைத் தட்டுவதுமில்லை*
> *அவள் நினைவு பெரிய கர்வத்தோடு*
> *இதயத்தில் நுழைகிறது.*

■

கண்ணீர் அலங்காரம்

காதலியைச் சந்திக்க முடியாத இரவு வேதனையானது.

இரவு எவ்வளவு நீளமானது என்பது அப்போதுதான் தெரிகிறது.

அந்த இரவு நீண்டுகொண்டே போகிறது. அதற்கு முடிவும் இல்லை. விடிவும் இல்லை.

பிரிவு இரவில் அவன் துயரத்தால் துடித்தான்.

இருள் வெள்ளத்தை நீந்திக் கடக்க முடியாமல் அதில் மூழ்கித் தத்தளித்தான்.

காதலியைச் சந்திக்கும்போது இதே இரவு எவ்வளவு இனிமையாக இருந்தது.

அப்போது இந்த இருள் காதலர்களின் அந்தரங்கத்திற்காக இடப்பட்ட கரும் பட்டுத்திரை மறைப்பாய் இருந்தது.

இப்போதோ ஆல கால விஷத்தின் கருமையாக இருக்கிறது.

அப்போது நிலா கள் வார்க்கும் வெள்ளிக் கோப்பையாக இருந்தது.

இப்போதோ வெள்ளை நெருப்புக் கொள்ளியாக இருக்கிறது.

அப்போது நட்சத்திரங்கள் மெத்தையில் தூவிய ஒளி மலர்களாக இருந்தன.

இப்போதோ அவை கிரணங்களால் குத்தும் முட்களாக இருக்கின்றன.

அவன் கண்ணீர் வடித்தான்.

அவன் நினைத்தான். என்னை வேதனை செய்த இரவே! இதோ என் கண்ணீரால் உன்னை அலங் கரிக்கிறேன்.

விளக்குகளாலோ, நிலா நட்சத்திரங்களாலோ கூட உன்னை இப்படி அலங்கரிக்க முடியாது.

ஏனெனில் இவை வெறும் கண்ணீர்த் துளிகள் அல்ல; காதற் கடலின் முத்துக்கள்.

வருங்காலத்தில் நீ என் நினைவுக்கு வரும்போது என் காதல் முத்துக்களால் அலங்கரிக்கப்பட்ட நீ மற்ற எந்த இரவையும் விட அழகாயிருப்பாய்.

புகழ் பெற்ற பெருங் கவிஞர் ஃபைஸ் அஹமத் ஃபைஸின் கவிதை இது.

பிரிவு இரவே! உன்னால்
நான் பட்ட வேதனை கொஞ்சமல்ல
ஆனாலும் என் கண்ணீர்
உன் வருங்காலத்தை
அலங்கரித்து விட்டதல்லவா!

■

காதல் மணம்

உலகம் காதலால் ஆனது. காதலுக்காக ஆனது.

இறைவன் தான் காதலிக்கப்பட வேண்டும் என்பதற்காகவே படைப்புகளை உண்டாக்கினான்.

உயர்திணை மட்டுமல்ல அஃறிணையும் காதலிக்கட்டும் என்பதற்காகவே எல்லாவற்றையும் ஆண் பெண்ணாகப் படைத்தான்.

உயிருள்ளவற்றில் மட்டுமல்ல உயிரில்லாதவற்றிலும் ஆண் பெண் உண்டு.

கல்லில் கூட ஆண் கல் உண்டு. பெண் கல் உண்டு.

சிற்பிகள் சிலை செதுக்க ஆண் கல்லையே பயன்படுத்துவார்கள்.

மின்சாரத்திலும் ஆண் பெண் உண்டு. நேர்முகம், ஆண். எதிர்முகம் பெண்.

எதிரிகளாகவும், முரண்களாகவும் நாம் நினைப்பவை எல்லாம் ஆண் பெண்களே.

பகல் ஆண்; இரவு பெண். வானம் ஆண்; பூமி பெண்.

வாழ்க்கை ஆண்; மரணம் பெண். இன்பம் ஆண்; துன்பம் பெண்.

இவை எதிரிகள் அல்ல; காதலர்கள். இவற்றின் காதலால்தான் உலகம் நடக்கிறது.

கிரகங்களுக்கு ஈர்ப்புச் சக்தி இருக்கிறதல்லவா. அது வேறொன்றுமில்லை, காதல்தான்.

கிரகங்கள் காதலால்தான் இயங்கிக் கொண்டிருக்கின்றன. இந்தக் காதல் இல்லையென்றால் அவை அழிந்துவிடும்.

உயிர்களுக்கும் அப்படித்தான் உயிர்கள் எல்லாம் காதலால்தான் இயங்குகின்றன. காதல் இல்லையென்றால் அவை இறந்துவிடும்.

மனிதன் உயிரோடிருக்கிறான் என்பதற்கு அடையாளம் மூச்சு விடுவதல்ல; காதலிப்பதுதான்.

ஒருவனிடம் காதல் இருக்கிறதென்றால் அவன் உயிரோடிருக்கிறான் என்று பொருள். காதல் இல்லையென்றால் அவன் பிணம் என்றுதான் அர்த்தம்.

நெருப்பென்றால் சூடு இருக்க வேண்டும். நீர் என்றால் குளிர்ச்சி இருக்க வேண்டும். மலர் என்றால் மணம் இருக்க வேண்டும்.

மனிதன் என்றால் காதல் இருக்க வேண்டும்.

இது இயற்கையின் நியதி.

கவிஞர் தா.ஃ.க் பாடுகிறார்:

காதலன் நான்
என் இதயத்தில்
உன் ஆசை இருக்காதா?
இந்தத் தோட்டத்தின்
மலர் நான்
மணம் இருக்காதா?

■

இடிகின்ற சுவர்

பாரங்கள் எல்லாம் சுமைதாங்கியின் மேல் இறக்கிவைக்கப்படுகின்றன.

ஏனெனில் சுமைதாங்கி தன் மேல் வைக்கப் படும் பாரங்களுககாக முணுமுணுப்பதில்லை; முறையிடுவ தில்லை.

பெண் சுமைதாங்கியாக இருக்கிறாள். துயரத்தின் பாரங்கள் அவள் மீது இறக்கிவைக்கப்படுகின்றன.

அவளும் முணுமுணுப்பதில்லை; முறையிடுவதில்லை.

புயல் வீசும்போது மெல்லிய பூக்கள் உதிர்ந்து விடுகின்றன.

காட்டு வெள்ளத்தில் மென்மையான மணற் கரைகள் இடிந்துபோகின்றன.

வாழ்க்கையில் புயல் வீசும்போது பெண்களே உதிர்ந்துபோகிறார்கள். வெள்ளம் பொங்கி வரும்போது பெண்களே இடிந்துபோகிறார்கள்.

ஆண் வன்மையானவன். பெண் மென்மையானவள்.

ஆண் பெண் உறவில் பெண்ணே பாதிக்கப் படுகிறாள்.

கல்லும் கண்ணாடியும் உறவுகொள்ளும் போது கண்ணாடிக்கே சேதம் உண்டாகிறது.

ஆண் பெண் உறவில் பெண்ணே அழுக்காகிறாள். அவளே பாரம் சுமக்கிறாள். அவளே வேதனைப்படுகிறாள்.

பெண் வாழை இலையாக இருக்கிறாள். அவள் மீது பரிமாறப்பட்ட விருந்தை உண்ட பின் அவள் எச்சில் இலை எனப் படுகிறாள். குப்பையில் வீசி எறியப்படுகிறாள்.

பெண்ணின் அவல நாடகம் இது.

அவள் காதலனால் கைவிடப்பட்டவள். சமூகத்தால் சிலுவையில் ஏற்றப்பட்டவள்.

அவள் உடலும் உள்ளமும் எரிந்துகொண்டிருந்தது. அதைக் கண்ணீரால் அணைப்பவர் யாருமில்லை.

கனன்று கொண்டிருந்த அவள் மனக்காயங்களின் மீது பெய்த மழையோ தீப்பொறிகளாகவே இருந்தன.

'மம்தா' என்ற திரைப்படத்தில் மஜ்ரூஹ் சுல்தான்பூரி

எழுதிய கண்ணீர் கஜல் இது.

> இந்த உலகத்தில் வாழ்வதற்காக
> எத்தனை வேஷங்கள் தரித்தேன்
> எத்தனை விஷங்களைக் குடித்தேன்
> சமூகமே! என்னை மிதிக்காதே
> இடிந்து வீழ்ந்து கொண்டிருக்கும்
> சுவராக இருக்கிறேன் நான்.

நான் வரும் வரை...

ஆசைப்படுவது ஆணின் குணம். ஆசைப்படுவனை அலைக்கழிப்பது பெண்ணின் குணம்.

காத்திருப்பது ஆணின் குணம். காத்திருப்பவனைத் துடிக்கவைப்பது பெண்ணின் குணம்.

ஆண் அடைகிறவானாகவும் பெண் அடையப் படுகிறவளாகவும் இயற்கை விதித்திருக்கிறது.

அதனால் காதல் உலகத்தில் பெண் உயரத்தில் நிற்கிறாள். ஆண் கீழே நிற்கிறான்.

இதனால் பெண்ணுக்கு கர்வம்.

அவள் சிம்மாசனத்தில் அமர்ந்து கட்டளை இடுகின்றவளாக இருக்கிறாள்.

அவனோ அவள் ஏவுவதைச் செய்யும் அடிமையாகிறான்.

தன் கண் ஜாடைக்கும், கைவிரல் அசைவுக்கும் அவன் ஆடுவதைப் பார்ப்பதில் அவளுக்கு இன்பம்.

அப்படி ஆடுவது அவனுக்கு இன்பம்.

தன் கண் பார்வைக்கு அவன் ஏங்க வேண்டும், தன் தயவுக்கு அவன் கெஞ்ச வேண்டும் என்று அவள் ஆசைப்படுகிறாள்.

அதனால் அவன் எதைச் செய்தாலும் அதில் குறை காண்கிறாள். குற்றம் கண்டுபிடிக்கிறாள்.

அவன் குற்றமே புரியாதிருந்தும் வேண்டுமென்றே குற்றம் சுமத்தி ஊடுகிறாள்.

அவன் சமாதானம் சொல்லிக் காலில் விழுந்து கெஞ்ச வேண்டும் என்று அவளுக்கு ஆசை.

காதலி காத்திருக்கச் சொன்னாள். காதலனும் அதை நம்பி அவளுக்காகக் காத்திருந்தான்.

ஒரு நாளல்ல, இரு நாளல்ல, பல நாள். அவள் வரவேயில்லை.

அவன் அவளுக்காகக் காத்திருந்து துடித்தே இறந்து விட்டான்.

செய்தி அறிந்து அவள் வந்தாள். அப்போதும் தனக்காகக் காத்திருந்து இறந்துவிட்டானே என்று பரிதாபப்படவில்லை. அதிலும் குறை கண்டாள்.

பாகிஸ்தானின் புகழ் பெற்ற கஜல் பாடகி முன்னி பேகம் பாடும் ஒரு கஜலின் வரிகள் இவை.

> அவள் வந்தாள்
> என் பிணத்தைப் பார்த்து
> இப்படிச் சொல்லி அழுதாள்
> நான் வரும் வரை
> உன்னால் காத்திருக்க
> முடியவில்லையே.

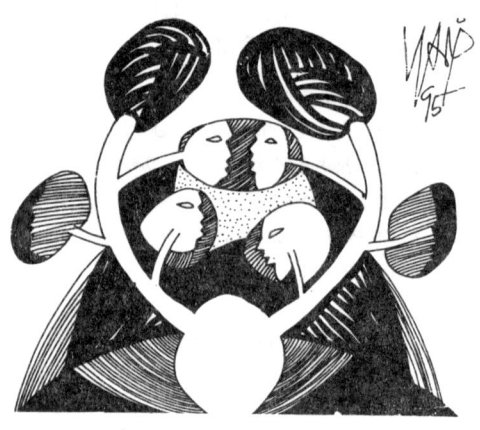

பிரகாசிக்கும் துன்பம்

நாம் முரண்கள் என்று நினைப்பவை உண்மையில் முரண்கள் அல்ல.

அவை ஒரு மரத்தின் இரண்டு கிளைகள். ஒரே மூலத்தின் இரண்டு பரிமாணங்கள்.

ஆண்மை - பெண்மை, இருள் - ஒளி, துன்பம் - இன்பம் என்பவை அத்தகைய இரட்டைகள்.

ஒன்றிலிருந்து ஒன்று பிறக்கிறது.

ஆண்மையிலிருந்து பெண்மை பிறக்கிறது. இருளிலிருந்து ஒளி பிறக்கிறது. துன்பத்திலிருந்து இன்பம் பிறக்கிறது.

ஆண்மைக்கு மெருகேற்றினால் அது பெண்மையாகி விடும்.

இருளுக்கு மெருகேற்றினால் அது ஒளியாகி விடும்.

துன்பத்துக்கு மெருகேற்றினால் அது இன்பமாகிவிடும்.

இன்னொரு வகையில் சொல்வதானால் ஆண்மையைச் சுத்தப்படுத்தினால் பெண்மை தோன்றும்.

இருளைச் சுத்தப்படுத்தினால் ஒளி தோன்றும்.

துன்பத்தைச் சுத்தப்படுத்தினால் இன்பம் தோன்றும்.

அதாவது பெண்மை ஆண்மைக்கு எதிரானதல்ல. அது ஆண்மைக்குள்ளேயே இருக்கிறது. அதிலிருந்தே வெளிப்படுகிறது.

ஆதத்தின் விலா எலும்பிலிருந்து ஏவாள் படைக்கப் பட்டாள். என்பதன் பொருள் இதுதான்.

அப்படியே ஒளி இருளுக்குள்ளிலிருந்து வெளிப்படுகிறது.

இன்பம் துன்பத்துக்குள்ளிருந்து புறப்படுகிறது.

வாழ்க்கையின் நுட்பமான இந்த உண்மையைக் கவிஞர் அதம் ஒரு கஜலில் கூறுகிறார்.

அந்தக் கவிதையில் 'ஜிலா தேகர்' என்ற சொல்லைக் கையாண்டிருக்கிறார். அந்தச் சொல் 'மெருகேற்றுதல்' 'பிரகாசப்படுத்துதல்', 'சுத்தப்படுத்துதல்', 'உயிருட்டுதல்', என்ற பல பொருளை உடையது. நான் 'மெருகேற்றுதல்' என்றுதான் மொழிபெயர்த்திருக்கிறேன். படிப்பவர்

கள் அதில் எல்லாப் பொருள்களையும் பார்த்துக் கொள்ளுங்கள்.

இன்பத்திற்கும் துன்பத்திற்கும்
எவ்வளவு பெரிய வித்தியாசம்
துன்பத்தை மெருகேற்றி
இன்பமாக்கி விடுங்கள்.

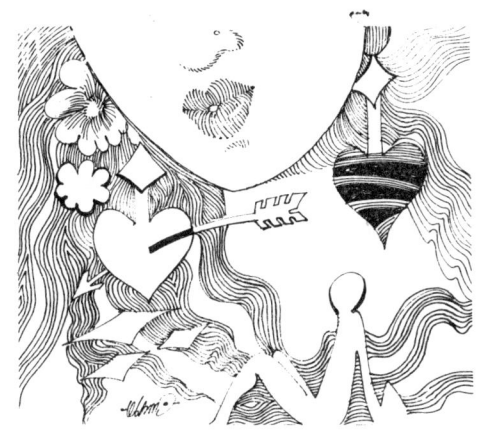

கொல்லும் அமுதம்

ஒளியில் மலரும் நாள் இருளில் முடிகிறது.

வெளிச்சம் தரும் விளக்கு வீட்டையும் எரிக்கிறது.

பயிர்களுக்குத் தாய்ப் பாலாகும் மழையே வெள்ளமாகப் பெருக்கெடுத்து அழிக்கவும் செய்கிறது.

வாழ்க்கை ஒரு பாற்கடல். அதில் அமிர்தமும் இருக்கிறது. ஆலகாலமும் இருக்கிறது.

இந்த உலகில் எதையும் முழுமையாக நன்மையானது என்றோ, தீமையானது என்றோ சொல்ல முடியாது.

எல்லாப் பொருளிலும் நன்மையும் உண்டு, தீமையும உண்டு.

நன்மை, தீமை என்பது நாம் அந்தப் பொருளோடு கொள்கின்ற உறவைப் பொறுத்தது.

காதலும் அப்படித்தான். அது வாழ்வாகவும் இருக்கிறது. மரணமாகவும் இருக்கிறது.

பெண்ணே ஒரு முரண்தொடைச் செய்யுள்தான்.

அவள் கூந்தலில் இரவை வைத்திருக்கிறாள். புன்னகையில் விடியலை வைத்திருக்கிறாள்.

அவள் கருணையில் சொர்க்கம் இருக்கிறது. அவள் கோபத்தில் நரகம் இருக்கிறது.

அவள் ஒரு பார்வையால் காயப்படுத்துகிறாள். மறு பார்வையால் மருந்து தடவுகிறாள்.

அவள் ரோஜாவாகவும் இருக்கிறாள். முள்ளாகவும் இருக்கிறாள்.

அவள் காதலால் வாழ்வையும் மரணத்தையும் பரிமாறுகிறாள்.

அவள் தூக்குக் கயிறாகவும் இருக்கிறாள். மணமாலையாகவும் இருக்கிறாள்.

அவளோடு வாழவும் முடியவில்லை. அவள் இல்லாமல் வாழவும் முடியவில்லை.

மிர்ஸா ∴காலிப் பாடுகிறார்:

> *காதலில்*
> *வாழ்வுக்கும் சாவுக்கும்*
> *வித்தியாசமில்லை*

*யாரால்
என் உயிர் போகிறதோ
அவளைப் பார்த்துத்தான்
உயிர் வாழ்கிறேன்.*

மலரே! மதுவே!

பெண்ணைப் பூ என்றால் அவளைப் பற்றி எல்லாவற்றையும் சொன்னதாக ஆகிவிடுகிறது.

பூ இங்கே வெறும் உவமை அல்ல. குறியீடாக இயங்கும் படிமம்.

அது பெண்ணின் சகல பரிமாணங்களையும், பரிணாமங்களையும் விளக்கிவிடுகிறது.

பூவைப் போலவே அவள் அரும்பிப் போதாகிப் பருவத்தில் மலர்கிறாள்.

பூவைப் போலவே அவள் அழகாக இருக்கிறாள். மென்மையாக இருக்கிறாள்.

வண்டுகளை அழைக்கும் வண்ணமும், நறுமணமும் அவளிடமும் உண்டு.

வண்டால் மட்டுமே பருக முடிகின்ற தேனும் உண்டு.

பனித் துளிகள் படிந்த பூவைப் போலவே அவள் புன்னகைகளில் கண்ணீரும், கண்ணீரில் புன்னகையும் இருககிறது.

பூவைப் போலவே அவள் அழகுக்கும், சிரிப்புக்கும் அற்ப ஆயுள்.

பூவைப் போலவே அவளிடம் படைப்புக்கான மகரந்தம் இருக்கிறது.

பூவைப் போலவே அவளிடம் கனியும் அதில் வருங்கால மரத்தின் விதைகளும் இருக்கின்றன.

பூவைப் போலவே அவளில்லாமல் மங்கலச் செயல்கள் எதுவும் இல்லை.

ஒரு சிலர்தான் அவளைப் பூவைப் போல நுகரத் தெரிந்தவர்கள், பலர் அவளைக் கசக்கி எறிந்து விடுகிறார்கள்.

பூவைப் பார்க்கிறவன் பெண்ணை நினைக்காமல் இருக்க முடியாது.

பெண் மலராக மட்டுமல்ல மதுவாகவும் இருக்கிறாள்.

அவள் அதிசயமான மது. கண்ணால் பருகும் மது. நினைத்தாலே போதை ஊட்டும் மது.

மதுவைப் போலவே அவள் அறிவை மயக்குகிறவளாக இருக்கிறாள்.

மதுவைப் போலவே அவள் உல்லாசமும் துயரமும் தருகிறவளாக இருக்கிறாள்.

அவள் போதையில் உலகமே தடுமாறுகிறது.

மதுவைப் போலவே அவளைப் பருகுகிறவர்களை அந்தப் பழக்கத்திற்கு அடிமையாக்கிவிடுகிறாள்.

அஹமத் ஸுரூர் எழுதிய கவிதை இது.

மலர்வனம் பற்றியோ
மதுவைப் பற்றியோ
பேச்சு வந்தால்
காதலியின் பெயர்
உதட்டில் வந்துவிடுகிறது.

சமாதி விளக்கு

இரவு விடைபெற்றுச் சென்றாலும் பகலிடம் நிழல்களை விட்டுச் செல்கிறது.

ஊதுவத்தி அணைந்து போனாலும் நறுமணத்தை விட்டுவிட்டுப் போகிறது.

நதி வற்றிப் போனாலும் தான் நடந்த தடங்களை விட்டுவிட்டுப் போகிறது.

வீட்டை எரித்த நெருப்பு அணைந்து போனாலும் சாம்பலை விட்டுவிட்டுப் போகிறது.

மனிதன் இறந்து போனாலும் எச்சங்களாக எதையாவது விட்டு விட்டுத்தான் போகிறான்.

அவன் காதலில் தோல்வி அடைந்தவன்.

அவன் காதலி அவனிடமிருந்து பிரிக்கப் பட்டு விட்டாள்.

அவள் இப்போது அந்நியமாகி விட்டாள்.

அவள் இனி எப்போதும் அவனுக்குக் கிடைக்க மாட்டாள்.

அவள் போய்விட்டாள். ஆனால் அவளைப் பற்றிய நினைவுகளையும் அவள் அவளோடு கொண்டு போக முடியவில்லை.

அவை அழகான நினைவுகள்.

அவளைச் சந்தித்தது, சல்லாபித்தது, சரசமாடியது என்று எத்தனையோ இனிய நினைவுகள்.

அவனால் அந்த நினைவுகளை அழிக்க முடியவில்லை.

மனம் ஒரு புகைப்படக் கருவி. அது பிடித்து வைத்த படங்களை எதனாலும் அழிக்க முடியாது.

எதைப் பறிகொடுக்கிறோமோ அதன் படத்தை மனம் பெரிதாக்கிப் பிரகாசப்படுத்துகிறது.

இதயத்தில் கண்ணீரால் வரைந்த ஓவியங்கள் கலைவதில்லை.

ஞாபகம் ஒரு தீபம். இதய இருட்டில் அது வெளிச்சத்தை உண்டாக்குகிறது.

எல்லோரும் அவனைப் பார்த்து 'அவள்தான் உனக்கு இல்லை என்று ஆகிவிட்டது. அவளையே ஏன் நினைத்துக்கொண்டிருக்கிறாய்? அவளை மறந்து விடு' என்றார்கள்.

அவர்களைப் பார்தது அவன் சொன்னான்.

அழகிய ஞாபக தீபங்களை
என்னை எரிக்க விடுங்கள்
என் இதயத்தில்
ஆசைகளின் சமாதி இருக்கிறது.

அஃதர் அன்சாரி

மண்ணின் மைந்தன்

மனிதன் பெண்ணின் வயிற்றில் பிறந்தாலும் மண்ணின் மைந்தனாகவே இருக்கிறான்.

அவன் மண்ணால் படைக்கப்பட்டவன்.

மண்ணே அவனுக்கு உணவூட்டுகிறது. மண் சுரக்கும் நீரே அவனுக்குத் தாய்ப்பாலாகிறது.

அவன் மண்ணையே உண்ணுகிறான்; மண்ணையே அருந்துகிறான்.

அவன் சுவாசிக்கும் காற்றில் மண்ணின் வாசம் இருக்கிறது.

பிறந்தது முதல் இறக்கும் வரை அந்த மண்ணின் மடியில்தான் விளையாடுகிறான்.

இறந்த பிறகும் அந்த மண்ணின் வயிற்றில்தான் உறங்குகிறான்.

மனிதனின் ரத்த உறவுகளைவிட ஆழமானது மண்ணின் உறவு.

உறவினர்கள் கைவிட்டாலும் மண் அவனைக் கைவிடுவதில்லை.

மண்ணின் பாசம் ஆகர்ஷணமாக அவனைத் தன்னோடு அணைத்துக்கொள்கிறது

அதனால்தான் மனிதன் தன் பிறந்த மண்ணை நேசிக்கிறான்.

அதற்காக உயிரைத் தியாகம் செய்யவும் துணிந்துவிடுகிறான்.

எல்லா மனிதர்களுக்கும் மண் உறவாக இருப்பதால் எந்த மனிதனும் அனாதை இல்லை.

பிறந்த மண் பாலைவனமாக இருந்தாலும் மனிதனுக்கு அது சொர்க்கமாகவே தெரிகிறது.

தான் பிறந்த மண்ணை விட்டுப் பிரிவது துயரங்களில் பெருந் துயரமாக இருக்கிறது.

அதனால்தான் பழங்காலத்தில் கொடுமையான தண்டனைகளில் நாடு கடத்துவதும் ஒன்றாக இருந்தது.

ஒன்றை விட்டுப் பிரிந்திருக்கும்போதுதான் அதன் அருமை தெரியும்.

பிறந்த மண்ணை விரும்பாதவன் கூட அதைப் பிரிந்திருக்க நேரும்போது அதற்காக ஏங்க ஆரம்பித்துவிடுகிறான்.

நாட்டைப் பிரிந்திருப்பதும், காதலியைப் பிரிந்திருப்பதும் ஒன்றுதான்.

அஞ்ஜும் மான்பூரியின் கவிதை இது:--

> நாட்டில் இருந்தபோது
>   அதன் மக்கள்
>   என்னைத் துன்புறுத்தினர்
> நாட்டில் இல்லாதபோது
>   அதன் நினைவு
>   என்னைத் துன்புறுத்துகிறது.

மனிதன் ஒரு சப்தம்

உலகத்தில் மிகப் பெரிய அதிசயம் மனித வாழ்க்கை.

அதை விடப் பெரிய அதிசயம் ஒரு புரியாத வாழ்க்கையை வாழ்ந்து கொண்டிருக்கும் மனிதன்.

வாழ்க்கை இறைவன் எழுதும் தொடர்கதை. மனிதர்கள் அவ்வப்போது வந்து போகும் கதாபாத்திரங்கள்.

கதை என்பதால் வாழ்க்கையிலும் திருப்பங்கள் உண்டு. கதைப் போக்கில் சில திருப்பங்களை யூகிக்க முடியும். சில திருப்பங்களை யூகிக்க முடியாது.

அதனால்தான் வாழ்க்கை சுவையாக இருக்கிறது.

எழுத்தாளன் தன் கதைக்கு ஏற்ற கதாபாத்திரங்களை

உருவாக்கி அவர்களுக்குத் தன் மனப் போக்கிற்கேற்பக் குணச் சித்திரங்களைப் படைக்கிறான்.

இறைவனும் மனிதர்களை அப்படித்தான் படைக்கிறான்.

அவன் ஆட்டி வைக்கிறபடி நாம் ஆடுகிறோம். அவன் வரச் சொன்னால் வருகிறோம்; போகச் சொன்னால் போகிறோம்.

வாழ்க்கையைக் கதை என்று பலர் சொல்லி யிருக்கிறார்கள். ஆனால் வாழ்க்கையைப் பற்றியும் மனிதனைப் பற்றியும் கவிஞர் மாஹிருல் ∴காதிரி கூறுவது புதுமையானது. ஆழமானது.

அவர் வாழ்க்கையை எழுத்து வடிவில் இருக்கும் கதை என்கிறார். மனிதனை இடைவிடாமல் தொடர்ந்து ஒலித்துக் கொண்டிருக்கும் சப்தம் என்கிறார்.

இந்த உலகம் சப்தத்தால் ஆனது. இறைவனின் வார்த்தையே மாமிசமானது.

சப்தம் உயிர்ப்புடையது உணர்ச்சிகளைத் தூண்டக் கூடியது.

மனிதன் உயிர்ப்புடையவனாக இருக்கிறான். வாழ்க்கை என்ற எழுதப்பட்ட கதையின் எழுத்துக்களுக்கு அவன்தான் உயிரும் உணர்ச்சியுமாயிருக்கிறான்.

மனிதன் என்ற சப்தம் இல்லையென்றால், இந்தக் கதையின் எழுத்துக்கள் வெறும் பிணங்களாகத்தான் புத்தகப் பாடையில் கிடக்கும்.

மனிதன் சப்தம் என்றால் என்ன சப்தம்? அழைப்பா?

சிரிப்பா? அழுகையா? கூக்குரலா? பிரலாபமா? சலங்கையா? இசையா? எல்லாம் தான்.

> மனிதன் என்பவன்
>   வேறொன்றுமில்லை
>   இடைவிடாத சப்தம்
> வாழ்க்கை என்பது
>   வேறொன்றுமில்லை
>   எழுத்து; கதை.

கற்பனைச் சுகம்

கற்பனை யதார்த்தத்தைவிட இனிமையானது.

உண்மையான தாஜ்மஹலை விட அதைப் பார்க்காதவனுடைய கற்பனை அழகாக இருக்கும்.

யதார்த்தத்தில் குறைகள் இருக்கலாம். கற்பனையில் இருப்பதில்லை.

நம் கற்பனைக் காதலியை விட உண்மையில் வாய்க்கும் காதலி பல மாற்றுகள் குறைவாகவே இருப்பாள்.

ஏனெனில் கற்பனைக்குச் சிறகுகள் உண்டு. அது பறக்கும் உயரத்துக்கு யதார்த்தத்தால் பறக்க முடியாது.

கற்பனையிடம் இருக்கும வரணஙகள் யதார்த்தத்திடம் இருப்பதில்லை.

கற்பனையில் பூக்கள் மட்டுமே இருக்கும். யதார்த்தத்திடம் முட்களும் இருக்கும்.

கற்பனை புன்னகையால் ஆனது. யதார்த்தம் கண்ணீரில் நனைந்திருக்கும்.

கற்பனை நம் ஆசைகளின் கையிலிருக்கும் தூரிகை. எனவே அது வரைகின்ற ஓவியம் அழகாகவே இருக்கும்.

அவன் அவளுக்குக் காதல் கடிதம் எழுதினான்.

அவள் பதிலை எதிர்பார்த்து ஆவலோடு காத்திருந்தான்.

காத்திருந்த காலத்தில் பதிலாக அவள் என்ன எழுதுவாள் என்பதைக் கற்பனை செய்து கொண்டிருந்தான்.

அவள் எழுத வேண்டிய பதிலையும் அவன் கற்பனை எழுதி எழுதிப் பார்த்தது.

அந்தக் கற்பனைக் கடிதம் அழகானது; இனிமையானது.

இதோ, அஞ்சல்காரன் வருகிறான். அவளிடமிருந்து கடிதம் வந்திருப்பதாகச் சொல்கிறான்.

அவன் இதயம் படபடக்கிறது. என்ன எழுதியிருப்பாள்?

தன் காதலை ஏற்றுக்கொண்டிருப்பாளா?

‘நானும் உனக்காக ஏங்கித் துடிக்கிறேன்’ என்று எழுதியிருப்பாளா?

அவன் கற்பனைக் கடிதத்தில் அப்படித்தான் எழுதிப் பார்த்து மகிழ்ந்துகொண்டிருந்தான்.

ஒரு வேளை அவளுடைய பதில் அவன் எதிர்பார்த்ததற்கு எதிராக இருந்துவிட்டால்...

அவன் இத்தனை நாட்கள் அனுபவித்த ஆனந்தமெல்லாம் அழிந்துபோய்விடும்.

அஸர் லக்னவியின் கவிதை இது.

அஞ்சல்காரனே!
அவள் கடிதத்தைக்
கொஞ்ச நேரத்துக்குப் படிக்காதே
கடிதம் பற்றிய என்
கற்பனைச் சுகம்
கொஞ்ச நேரம் இருக்கட்டும்.

■

மின்னலின் பங்கீடு

பெண் என்பவள் அழகின் அவதாரம்.

ஆண் என்பவன் அந்த அழகை ஆராதிக்கப் பிறந்தவன்.

பெண் விளக்கின் சுடராக இருக்கிறாள். ஆண் அந்தச் சுடரின் ஒளியால் ஈர்க்கப்பட்டு அதில் எரிந்து போகும் விட்டிலாக இருக்கிறான்.

பெண் காதலைத் தூண்டுபவளாக இருக்கிறாள். ஆண் காதலிக்கிறவனாக இருக்கிறான்.

காதலிப்பது என்றாலே வேதனையால் துடிப்பது என்று பொருள்.

ஆம். காதல் என்பது அமுதம் என்ற பெயரை உடைய நஞ்சு.

ஆனாலும் உயிர்கள் எல்லாமே அதைப் பருகத் துடிக்கின்றன.

மனிதன் சுதந்திரத்தை விரும்புபவன். காதலோ சிறைச்சாலை.

ஆனாலும் உயிர்கள் எல்லாமே இந்தச் சிறைச்சாலைக்குள் அடைபடவே ஆசைப்படுகின்றன.

காதல் ஓர் அதிசயமான சந்தை. அங்கே புன்னகையை விலையாகக் கொடுத்துக் கண்ணீர் வாங்கப்படுகிறது.

ஆனாலும் உயிர்கள் எல்லாமே இந்த வியாபாரம் செய்யவே விருப்பப்படுகின்றன.

அது ஒரு மழைக் காலம்.

வானத்தில் மின்னல் வெட்டுகிறது.

காதலன் மின்னலைப் பார்க்கிறான். அதில் அழகான வெளிச்சம் இருக்கிறது. அதே சமயம் அதில் அனலில் விழுந்து நெளியும் புழுவைப் போல் ஒரு வேதனைத் துடிப்பும் இருக்கிறது.

அழகைக் கண்டு துடிப்பதுதான் இயற்கை. ஆனால் மின்னலிலோ இவை இரண்டும் சேர்ந்திருக்கின்றன.

ஸ.ஃ.பீ அம்ரோஹி கூறுகிறார்:

காதலி, வா!
இந்த மின்னலைப்
பங்கிட்டுக் கொள்வோம்
வெளிச்சம் உனக்கு
துடிப்பு எனக்கு.

■

பகை எனும் உறவு

ஆண் - பெண் உறவு விசித்திரமானது.

ஆணும் பெண்ணும் ஒருவருக்கொருவர் துணையாகவும் இருக்கின்றனர். பகையாகவும் இருக்கின்றனர்.

காதல் என்பது வரமாகவும் இருக்கிறது. சாபமாகவும் இருக்கிறது.

காதலில் அடைவதும் இருக்கிறது. இழப்பதும் இருக்கிறது.

காதலில் ஆணும் பெண்ணும் தங்கள் சுதந்திரத்தை இழக்கின்றனர்.

ஆணும் பெண்ணும் ஒருவரை ஒருவர் நேசிக்கின்றனர். ஆனால் அந்த நேசத்திற்கு அடியில் வெறுப்பும் மறைந்திருக்கிறது.

இது ஆதி காலத்திலிருந்து ஆண் பெண் உறவினால் நிகழ்ந்த சம்பவங்களின் விளைவு.

உடலுறவைப் பற்றிச் சிந்தித்துப் பார்த்தால் ஆணும் பெண்ணும் நேசிக்கின்றனரா அல்லது ஒருவரை ஒருவர் தண்டிக்கின்றனரா என்ற சந்தேகம் வருகிறது.

உண்மையில் உடலுறவில் இந்த இரண்டும் இருக்கிறது.

காலம் காலமாக ஆணும் பெண்ணும் ஒருவருக்கொருவர் இழைத்த கொடுமைகள் ஒவ்வொருவர் மனத்தடியிலும் ஒளிந்திருக்கின்றன. அதனால்தான் இந்த வெறுப்பு.

காதலரின் ஊடலுக்கும், கணவன் மனைவி சண்டைக்கும் இதுதான் காரணம்.

உறவிருக்கும் இடத்தில்தான் பகை ஏற்படும். யார் என்றே தெரியாத அந்நியர் மேல் பகை உண்டாவதில்லை.

பகை என்பதே உறவில் ஏற்படும் உரசலில் எழுகின்ற தீப்பொறிதான்.

எனவே பகையும் ஓர் உறவுதான்.

என்னதான் பகை என்றாலும் ஆணும் பெண்ணும் ஒருவர் இல்லாமல் மற்றவர் வாழவும் முடிவதில்லை.

காலிப் கூறுகிறார்:

> *என்னுடன் உறவை*
> *முறித்துக்கொள்ளாதே*
> *நேசிக்க முடியாவிட்டால்*
> *பகை என்ற*
> *சம்பந்தமாவது இருக்கட்டும்.*